கல்யாணகலவரம்

காலேஜ்-லவ் | மேரேஜ்-லைப்

கார்த்திகேயன் தனபால்

என் பெற்றோருக்கு முதற்கண் நன்றிகள். குடும்பத்தினர், நண்பர்கள் மற்றும் வழிகாட்டிகளுக்கு நன்றி.

என் மனைவி மற்றும் குழந்தைகளின் அன்பிற்கும் அவர்களின் ஆதரவிற்கும் நன்றி.

மறைந்த என் கல்லூரி தோழர்கள், பிரபு சங்கர், மகேஸ்வரன், விவேகானந்த் இளா ஆகியோரை நினைவு கூறுகிறேன்.

- கார்த்திக்

உரிமை துறப்பு

இந்தக்கதை முற்றிலும் என் கற்பனையே.

அனைத்து பெயர்களும், கதாபாத்திரங்களும், கதையோட்டமும், கற்பனையானது. வாழும் அல்லது இறந்த ஒரு நபருடன் ஏதேனும் ஒற்றுமை இருப்பின் அது முற்றிலும் தற்செயலானது.

எந்த ஒரு மதத்தையும், சமூகத்தையும் தவறாக சித்தரிப்பதோ அல்லது எந்த ஒரு மதத்தின், சமூகத்தின் உணர்வுகளை புண்படுத்துவதோ நோக்கமல்ல. இந்தக் கதை 16 வயது மற்றும் அதற்கு மேற்பட்டவர்களுக்கு மட்டுமே பொருத்தமானது.

முன்னுரை

இன்றைய காலகட்டங்களில், புத்தகங்கள் வாசிப்பது என்பது மிகவும் அரிதானது. இந்த சூழலில் ஒர் சிறந்த எழுத்தாளரின் வெற்றி என்பது வாசிப்பவர் ஒரு புத்தகத்தை வாசிக்க எடுக்கும் போது இடையில் பல வேலைப்பளுக்கள் இருந்தாலும் அடுத்து என்ன நடக்கும் என்று இந்த கதையில் வரும் சரஸ்வதி அம்மையாரைப் போல் நம்மையும் அடுத்த அடுத்த அத்தியாயத்திற்கு கொண்டு சென்று மீண்டும் தனது வெற்றியைப் பதிவு செய்து உள்ளார் எனது அருமை நண்பர் கார்த்திகேயன் தனபால் அவர்கள்

"முற்பகல் செய்யின் பிற்பகல் விளையும் " என்னும் கூற்றை மெய்ப் படுத்தும் விதமாக நாம் செய்யும் நல்ல விஷயங்கள் நம்மை நோக்கி திரும்பி வரும் போன்ற பல நல்ல கருத்துக்களை இன்றைய இளம் யுவன் மற்றும் யவதிகளுக்கு ஏற்றவாறு புதுமையான மற்றும் எளிமையான முறையில் ஆங்காங்கே கதையில் வரும் சொற்களாக சிறு சிறு மழைச்சாரல் போன்று கவிதைகளையும்

அள்ளித்   தெளித்து   உள்ளார்.

தினை விதைத்தவன் தினை அறுப்பான் ...
வினை விதைத்தவன் வினை அறுப்பான் ...
என்ற கூற்றுப்படி நல்லதே நினைத்தால்
நல்லதே நடக்கும் என்று கதையின் நாயகர்,
நாயகி மூலம் கூறியுள்ளது மிகச் சிறப்பு.

குடும்பம், சொந்தம், பந்தம், நட்பு, காதல்,
நகைச்சுவை என அனைத்தையும் கலந்து ஒரு
சிறந்த வாசிப்பனுபவத்தை கொடுத்தது மிகச்
சிறப்பு.

இந்த   நூல்   உங்கள்   அனைவரது
உள்ளங்களிலும் இல்லங்களிலும் உலா வர
இனிய   வாழ்த்துக்களுடன்   ...

ரா.விவேகானந்தன் ..

பாகங்கள்

இர்விங்'ல் லிவிங்

அமைதியான ஞாயற்று கிழமை காலையில், சாலையில் மக்கள் அதிகமில்லாத, ஒலி எழுப்பும் வாகனங்களின் தொந்தரவு ஏதும் இல்லாமல் சூரியன் எழும்போது வரும் ஒளி நம்மீது படுவதென்பது ஒரு உணர்வு! உணரமட்டுமே முடியும், எழுத்தில் கடத்துவதில் இருக்கும் சுமையைவிட, அந்த உணர்வு தரும் சிலிர்ப்பு அதிகம். அப்படி ஒரு தருணத்தில் நடந்து கொண்டிருந்தார் சரஸ்வதி. நீண்டநேரம் நடைப்பயிற்சி மேற்கொண்டதால், இளைப்பாற நினைத்தார் சரஸ்வதி, அகவை அறுபதை கடந்து விட்டதல்லவா? அங்கே ஐம்பது அடி தூரத்தில் ஏழு அடி உயரத்தில் காந்தி சிலை ஒன்று இருந்தது, அதனருகில் உட்கார இருக்கையும்.

சரஸ்வதி நடந்த தூரம் நடந்திருந்தால், இன்றைய இளைஞர்கள் பலரும் கூட அந்த அம்பது அடி தூரத்தை மெதுவாக தான் அடைந்திருப்பார்கள், ஆனால் சரஸ்வதி முப்பது நொடிகளுக்கு குறைவான நேரத்தில்

அடைந்துவிட்டார். சிலை அருகே சென்றவுடன் உடனே இருக்கையில் அமராமல், சில நொடி நின்று அதன் பிறகு அமர்ந்தார் சரஸ்வதி. முதுகெலும்பு நேரே இருக்கும்படி உட்கார்ந்து இரு கண்களையும் மூடி, ஒரு நிமிடம் சீராக சுவாசித்தார்.

எழுந்து காந்தி சிலையின் அருகில் சென்றார், அங்கே காந்தி சிலையின் கீழ் என்ன எழுதி இருக்கிறது என பார்க்க முயன்றார். அது முற்றிலும் ஆங்கிலத்தில் இருந்தது, "ஏனப்பா! காந்திய சிலையா இருக்கு, ஆனா நம்ம மொழியா இல்லையே!" என தனக்குள் சொல்லிக்கொண்டார்.

அது நேரம், கை பேசியில் ஆங்கிலத்தில் சரளமாக பேசிக்கொண்டே வந்த ஒரு பாட்டியுடன் நடந்து வந்த இரு சிறுவர்கள் அங்கே பொம்மை துப்பாக்கிகளை வைத்துக்கொண்டு சிலையின் இருபுறமும் நின்று ஒருவரை ஒருவர் சுடுவது போல் விளையாடி கொண்டிருந்தனர். அதை கண்டு சரஸ்வதி சொன்னவை "நவீன உலகத்துக்கு ஒரு காந்தி பத்தாது போலிருக்கு", சிலையை பார்த்து புன்னகைத்தபடி நகர்ந்தார்.

வீடு திரும்ப நேரம் வந்தது, சரஸ்வதி வந்த பாதை நடக்க ஆரம்பித்தார். சாலையில் இப்போது சில பெண்கள் நடந்து கொண்டிருந்தனர், நயிட்டி அணிந்தபடி. லுங்கி அணிந்த, தெலுங்கு மொழியில் பேசிக்கொண்டே, பல தாத்தாக்களும் நடைப்பயிற்சியில் இருந்தனர். ஆனால் ஒரு வாலிபரை கூட காணமுடியவில்லை! இப்போதெல்லாம் ஞாயற்றுக்கிழமைகளில் அதிகப்படியான இளைஞர்கள் மதியம் வரை உறங்குவது என்பது கலாச்சாரமாகவே மாறிவிட்டதல்லவா!? ஒரு சில இளைஞர்கள் மட்டுமே, உடற்பயிற்சி அல்லது ஏதேனும் விளையாட்டில் ஈடுபடுகிறார்கள். மற்றவர்கள், சோம்பலுக்கு அடிபணிந்து, தங்கள் ஆரோகியத்திற்கு தாங்களாகவே ஆப்பு வைத்து கொள்கிறார்கள்.

ஒரு டீ கடைக்கு சென்றார் சரஸ்வதி. அங்கு பணியிலிருந்த பதினாறு வயது மிக்க வாலிபனிடம், "தம்பி, ஒரு டீ குடு பா" என்றார். தெலுங்கு பேசும் அவனோ "அண்டெனா??" என கேட்க.

"என்ன பா?? புரியல!!" என சொல்லி புரியவில்லை என்ற செய்கை காட்ட

அந்த வாலிபன் "போதும்?? போதும்??" என அவனுக்கு தெரிந்த தமிழில் பேச முயன்றான்

"ஆமா. ஒரு டீ போதும், வேற ஒன்னும் வேணாம்" என சரஸ்வதி பதில் சொன்னார். பணத்தை கொடுத்தார், டீ குடித்தார், " டீ கடைக்கு மலையாள சேட்டா தான் கரெக்ட், எல்லா மொழியும் புரிஞ்சிக்குவார்" என சொன்னவாரே நடையை கட்டினார்.

வீட்டை நோக்கி பாதி தூரம் கடந்த போது, ஒரு கார் அவர் அருகில் வந்து நின்றது. அதன் கதவுக்கண்ணாடி கீழ் இறங்கியது, உள்ளே இருந்த பெண் "ஹாய் மேம். குட் யூ ஹெல்ப் மீ வித் திஸ் அட்ரஸ், ஜி.பி.எஸ் கூப்ட்" என கேட்டார்.

சரஸ்வதி சற்றே பதட்டத்துடன், "நோ இங்கிலீஸ். சாரி" என சொல்லி நகர்ந்தார் "அடுத்து யாராச்சும் புரியாத பாஷையிலே கேள்வி கேட்கும் முன்னாடி வீட்டுக்கு போயிடனும்" என சொன்னபடி விரைந்தார்.

வீட்டை அடைந்தார் சரஸ்வதி, வீட்டின் முகப்பில் ஒரு கேமரா இருந்தது அது சரஸ்வதி யின் முகத்தை ஸ்கேன் செய்து பின் "ஹாய், வெல்கம் டு கும்ஸ் ரெசிடன்ஸ்" என சொன்னபின் கதவு தானாய் திறந்தது.

அதை கேட்டதும் சரஸ்வதி "குமரன்னு ஒரு அழகான பேரு வெச்சேன், அதை கும்மு ரம்முனு மாத்தி வெச்சிருக்கான்" என சொன்னபடி தன் பற்களை சற்றே கடித்தவாறே உள்ளே நுழைந்தார்

குமரன் சரஸ்வதியின் ஒரே மகன். பிரசவர அறைக்கு போகும் முன், "நல்லபடியா குழந்தை பிறந்தா, உன் பெயரையே வைக்கிறேன் குமரா" என கடவுள் முருகனிடம் வேண்டுதல் வைத்தார். ஆண் குழந்தை பிறக்கவே குமரன் என்ற பெயரை வைக்க முடிவெடுத்தார் சரஸ்வதி.
ஆசையாய் வைத்த அழகான தமிழ் பெயரை சுருக்கி 'கும்' என தன் மகன் மாற்றிக்கொண்டதில் அவருக்கு கோபமில்லை, ஆனால் வருத்தம் அதிகம்.

"அம்மா, எப்படி இருந்துச்சு வாக்கிங்?" என கேட்டான் மகன்.

அமைதியாய் இருந்தார் சரஸ்வதி

"என்மா உம்முன்னு இருக்கீங்க?" என குமரன் கேட்க

"நீ 'கும்'முன்னு பேரு மாத்திக்கலாம், நான் 'உம்'முன்னு இருக்கக்கூடாதா" என சரஸ்வதி புருவம் உயர்த்தி கேட்க...

"மாம், நாட் அகைன்..." என சொல்லி சமையலறை நோக்கி நகர்ந்தான் குமரன்.

தினம் தினம் காலைப்பொழுது இப்படித்தான் விடிகிறது, அமெரிக்காவில் உள்ள டெக்சாஸ் மாகாணத்தில் டாலஸ் நகரில் இர்விங் என்ற ஊரில் தன் மகன், மருமகள், பேத்தியுடன் சிறுது காலம் தங்கி இருக்கும் சரஸ்வதிக்கு. அவரது வீட்டுக்காரர், காவல் துறையில் பணியாற்றி ஓய்வு பெற்ற குமரனின் தந்தைக்கு, ஒரு புது வீடு வாங்கும் விஷயமாக வேலை அதிகமிருந்த காரணத்தால், சரஸ்வதியுடன் அமெரிக்கா வரமுடியாமல் போய்விட்டது. அதுமட்டுமின்றி, குமரனின் தந்தை பல முறை இதற்கு முன்னர்

அமெரிக்கா வந்து சென்றிருக்கிறார். சரஸ்வதிக்கு இது முதல் முறை.

ஒத்தையிலே US கிளம்பிய சரஸ்வதிக்கு, பல முறை பாஸ்ப்போர்ட்டையும், விசாவையும், டிக்கெட்டையும் காட்டவேண்டி வந்து, விமானத்தில் நுழைவது என்பது மாயா பஜார் உள்ளே செல்வது போல் இருந்தது. இருக்கையில் அமர்ந்தபின் கூட அடுத்து என்ன கேட்பார்கள் என்ற எண்ணமே ஓடிக்கொண்டிருந்தது.

விமானத்தில் அமர்ந்த அடுத்த நாற்பது நிமிடங்களில் புறப்பாடு. புவியீர்ப்பு விசை மீறி விமானம் மேலெழும்பும்போது, வயிற்றில் புளியை மட்டுமல்ல இஞ்சியையும் சேர்த்து அரைத்து கரைத்தார் போல் இருந்தது சரஸ்வதிக்கு. விமானம் சீராக செல்ல ஆரம்பித்ததும், மறு பிறவியே எடுத்து விட்டதாய் ஒரு எண்ணம்; சரஸ்வதிக்கு மட்டுமல்ல முதல் முறை விமானப்பயணம் மேற்கொண்ட அனைவருக்கும் தான். போர்த்திக்கொள்ள ஒரு சால்வை, காலுறை, கண்களை மூடி தூங்க ஒரு கண் கவசம்,

சீட்டின் முன் இருக்கும் திரையில் படங்கள், பாடல்கள் கேட்க இயர்போன்கள் என பொருட்கள் வரிசையாய் வந்த வண்ணம் இருந்தது. சரஸ்வதிக்கு புரியாத ஒரே விஷயம்; "கண்ண மூடினா தூக்கம் வரப்போகுது! அதுக்கு ஏன் இவங்க மாஸ்க் கொடுக்குறாங்க?!"

எப்படியோ தேடிப்பிடித்து 80களின் பாடல்களை கேட்டுக்கொண்டே நேரத்தை போக்கினார் சரஸ்வதி.

சென்னையிலிருந்து முதல் முறை தனியே விமானத்தில் பயணித்து, துபாயில் விமானம் மாறி மீண்டும் நியூ யார்க்கில் ஒரு முறை விமானம் மாறி, டாலஸ் நகரம் வந்தடைவதற்குள் சரஸ்வதி படாத பாடுபட்டுவிட்டார். அதிலும் நியூ யார்க்கில் இமிகிரேஷன் அதிகாரி தன்னிடம் அமெரிக்கா பயணத்தின் காரணம் என்ன, யாரை பார்க்கப்போகிறீர்கள், எத்தனை நாள் இந்த நாட்டில் இருப்பீர்கள் என வரிசையாக கேள்வி கேட்டதில் பதட்டமே வந்துவிட்டது. ஒரு கட்டத்தில் அவர், "ஒரு அளவுக்கு இங்கிலிஷ் தெரிஞ்சு கூட என்னால சமாளிக்க முடியல,

இங்கிலிஷ் பேச தெரியாதவங்க எவ்வளவு கஷ்ட்டப்படுவாங்க?!" என தனக்குள் ஒரு கேள்வியை எழுப்பினார். அவருக்கு தெரிந்த இங்கிலீஷை வைத்து, இத்தனை தூரம் பயணம் செய்து, கஷ்டங்களை தாங்கி, டாலஸ் வந்ததன் காரணம் மகனையும் அவன் குடும்பத்தையும் பார்க்க வேண்டுமென்ற ஆவல் மட்டும் தான்.

டாலஸ் விமான நிலையத்தில் இருந்து வெளியே வரும் போது, சரஸ்வதி சற்றே கோபத்துடன் தான் வந்தார்; இத்தனை கஷ்டங்கள் உண்டு என தெரிந்தும் தன்னை தனியே அனுப்பிவைத்த கணவனை மனதிற்குள் வையவே செய்தார்.

ஆனால் தன்னை அழைத்து செல்ல விமான நிலையத்தில் காத்திருந்த குமரனை பார்த்த மறு நொடி எல்லா கோபமும், சங்கடமும், அணைந்த விளக்கின் புகை காற்றில் கலப்பது போல் ஒரே நொடியில் மாயமானது.
"அம்மா..." என்று தன் மகன் சொன்ன வார்த்தை, மலையருவி தண்ணீரில் மலை

தேன் கலந்தது போல் இனிப்பை சரஸ்வதியின்
காதுகளுக்கு கொடுத்தது.

மகனை கட்டியனைத்தவாறே சில நொடிகள்
இருந்தார் சரஸ்வதி.

"ட்ரிப் எப்படி மா இருந்தது?" என குமரன் கேட்க
"நல்லா தான்பா இருந்துச்சு." என தன்
கஷ்டத்தை ஏன் மகனிடம் சொல்லவேண்டும்
என மறைத்துவிட்டார் சரஸ்வதி.

குமரன் பதினைந்து வருடங்களுக்கு முன், தன்
இருபத்தி இரண்டு அகவையில், பொறியியல்
மேற்படிப்புக்காக அமெரிக்கா வந்தான்.
கடினமாய் உழைத்தான், நன்றாக படித்தான்,
பட்டம் பெற்றான். தனக்கான ஒரு பணியை
தேடிக்கொண்டான். வருடம் ஒருமுறை
இந்தியா வருவான், பெற்றோருடன் இரண்டு
வாரங்கள் தங்கி இருப்பான். முதல் ஐந்து
வருடங்கள் இந்தியா வந்தான். பின் இரண்டு
வருடங்கள் இந்தியா வராமல் இருந்த குமரன்,
ஒரு நாள் தொலைபேசியில் தான் ஒரு
அமெரிக்க பெண்ணை திருமணம் செய்ய
முடிவெடுத்து விட்டதாக சொன்னான்.
சரஸ்வதிக்கு அதிர்ச்சி, இருந்தும் தன் மகனின்
ஆசைக்கு இசைந்தார்கள் தந்தையும் தாயும்.

திருமணம் அமெரிக்காவில் நடைபெற்றது, திருமணத்துக்கு செல்லவிருந்த வேலையில் சரஸ்வதிக்கு உடல் நிலை பாதிக்கவே, குமரனின் அப்பா மட்டும் அமெரிக்கா சென்றார். மகனின் திருமண போட்டோக்கள் மட்டுமே சரஸ்வதியால் பார்க்கமுடிந்தது. நல்ல மனம் கொண்டிருந்தாலும் சில நேரம் எட்டு திசையிலிருந்தும் ஏமாற்றம் வரக்கூடும். குமரனுக்கு எட்டு வயதில் ஒரு பெண் குழந்தை உண்டு. குமரன் இப்பொது ஒரு அமெரிக்கப்பிரஜை.

சரஸ்வதி டாலஸ் வந்து மூன்று வாரங்கள் ஆகிவிட்டது, குமரன் தனது தாயை டிஸ்னி லேண்ட், நியூயார்க், நியாகரா நீர்வீழ்ச்சி, சிகாகோ என சில சுற்றளவுக்கு பெயர்போன ஊருகளுக்கு கூட்டி சென்றிருந்தான். ஆனால் இதையெல்லாம்விட, குமரனுடனும், அவன் மனைவி, அவன் மகளுடனும் வீட்டில் செலவழித்த தருணங்கள் தான் சரஸ்வதிக்கு அதிக சந்தோசத்தை கொடுத்தது. நடுவில் இருமுறை கோவிலுக்கு சென்றதும்தான். தன் மருமகள் தமிழ் பேசாது போனதால், சரஸ்வதிக்கும் அவர் மருமகளுக்கும் ஒரு

விவாதம் கூட ஏற்படவில்லை. சரஸ்வதி பேசுவது மருமகளுக்கு புரியாது, இங்கிலிஷ் மட்டுமே பேசும் மருமகளின் மௌனம் கூட சரஸ்வதிக்கு புரியாது. கடைசிவரை சண்டையே வரவில்லை. பரஸ்பரம் சிரிப்பும், தலையை மேலும் கீழும் ஆட்டுவது மட்டுமே இருவருக்குள் இருந்த தொடர்பாய், மொழியாய் இருந்தது... இந்த வகையில் குமரன் கொடுத்துவைத்தவன் தான்.

இன்னும் இரண்டே நாட்களில் இந்தியா திரும்பவேண்டும்.

அந்த இரண்டு நாட்களும் தீ பற்றும் வேகத்தில் கடந்து போனது.

குமரன் "அம்மா, எல்லாம் ரெடியா? பாஸ்போர்ட், டிக்கெட் பத்திரம்" என கார் சாவியை எடுத்தவாறே சத்தமாக சொன்னான். "எல்லாம் எடுத்தாச்சு பா" என பதில் வந்தது சரஸ்வதியிடமிருந்து.

மகனையும் பேத்தியையும் பிரிய மனமில்லாதபோதிலும், 'நம்ம ஊற போல வராது' என்ற மன ஓட்டம் இருக்க தவறியதில்லை சரஸ்வதிக்கு.

குமரனின் மகள் ஓடி வந்து சரஸ்வதியை கட்டி அணைத்துக்கொண்டாள், "க்ராண்ட்மா, யு ஷுட் கம் நெக்ஸ்ட் சம்மர் டூ" என குழந்தைத்தனத்துடன் சொன்னாள்.

"நீ இந்தியா வந்து என்னை கூட்டிகிட்டு வா" என சரஸ்வதி சொல்ல, பேத்தி குமரனை பார்த்தாள்.

"லெட்ஸ் சி" என சொல்லி தலா பதினைந்து கிலோ இடையுள்ள இரண்டு பைகளை நகர்த்தினான் குமரன்.

சரஸ்வதி வரும் போது ஒரே ஒரு பையை மட்டும் தான், பன்னிரண்டு கிலோ இடையில் கொண்டுவந்திருந்தார், அதிலும் ஐந்து கிலோ அளவுக்கு மகனுக்காகவும் பேத்திக்காகவும் சில நொறுக்கு தீனியையும், மசாலா பொடிகளையும் வைத்திருந்தார்.

நொறுக்கு தீனியும், மசாலாவும் வந்த பத்தே நாட்களில் தீர்ந்து போக, இப்போது மொத்தம் முப்பது கிலோ இடை வர காரணம் உண்டு.

பரலோகம் தவிர வேறெங்கும் பறந்து சென்றால் திரும்பும் போது, சொந்த பந்தங்களுக்கு பரிசு பொருட்கள் வாங்கி வரவேண்டும் என்பது எழுதப்படாத விதி.

சரஸ்வதி மட்டும் விதிவிலக்கா என்ன! கணவரின் தங்கை குடும்பத்திற்கும், சென்னையில் அக்கம் பக்கம் இருக்கும் வீட்டாருக்கும் மிட்டாய்கள், வாசனை பொருட்கள், பொம்மைகள் என பல பொருட்கள் சேர்ந்தே இருபது கிலோவுக்கு மேல்.

ஆனால், ஒரு வயதான பெண் எப்படி இவ்வளவு கனத்தை கொண்டு வரமுடியும் என்று ஒருவர் கூட யோசிக்கவில்லை. பல நேரங்களில் மனித நேயம் என்பது மறைந்த காயம் போல் ஆகிவிடும்போது, சரஸ்வதியை பற்றி யாரும் யோசிக்காதது ஒன்றும் ஆச்சர்யமில்லையே! ஆனால் சரஸ்வதிக்கோ தான் இழுத்து செல்லவேண்டிய கனத்தைவிட இதயத்தின் கனம் அதிகமாய் இருந்தது. மகனை பிரியும் நேரம் அல்லவே? இனி மீண்டும் தன் மகனையும் அவன் பெற்ற மழலையும் எப்போது சந்திப்போம் என்ற எண்ணம் மனம் முழுவதிலும் நிறைந்திருந்தது அந்த தாய்க்கு.

"அம்மா சீக்கிரம் கார்ல ஏறு. நான் பேக்ஸ் ட்ரங்குல வைக்கிறேன்" என குமரன் சொல்ல, தன் பேத்தியை விட்டு நகரவும் மறுக்கும் கால்களை கடத்தி வண்டியினுள் ஏறினார் சரஸ்வதி. காரின் கதவு அருகில் வந்து "ஏன் என்னை விட்டு போகிறீர்கள்?" என்ற கேள்வியை கணங்களாலேயே கடத்தினால் குமரனின் மகள். இதை கவனித்த குமரன் "நோ செண்டிமென்ட்ஸ். நோ டியர்ஸ். செ பை டு பாட்டி." என சொன்னவாறு மெதுவாக வண்டியை செலுத்தினான். டாலர் கனவுகள் தாய் நாட்டை மட்டும் அல்ல தாய் பாசத்தையும் மங்கச்செய்திடுமோ??

முக்கால் மணி நேரம் பயணித்த சரஸ்வதியும், குமரனும் விமானம் புறப்படும் நேரத்திற்கு சரியாய் மூன்றரை மணி நேரம் முன்னதாகவே, விமானநிலையம் வந்தடைந்தார்கள். அந்த நாற்பத்தைந்து நிமிடமும் நிறுத்தாமல் ஏதேதோ குமரனிடம் பேசிக்கொண்டே வந்தார் சரஸ்வதி. தாயின் பாசத்தை கரன்சிகள் இல்லை, கடவுளே வந்தாலும் அசைக்கக்கூட முடியாது...

"அம்மா பாத்து மெதுவா இறங்கு" என குமரன் சொன்னது, பேரானந்தம் கொடுத்தது சரஸ்வதிக்கு. குமரனினுள் இன்னும் தன் மீது அன்பு உண்டு என்பதாக உணர்ந்தார்.

"அம்மா இங்க வண்டிய பதினஞ்சு நிமிஷம் மேல பார்க் பண்ண முடியாது, சீக்கிரம் உன்ன உள்ள விட்டுட்டு நான் கிளம்புறேன்" என சொல்லி இரண்டு பெரிய பைகளையும் காரினுள் இருந்து வெளியே எடுத்து 'புறப்பாடு' வாயிலை நோக்கி சென்றான் குமரன்.
"குமரா நல்லா சாப்பிடு. குழந்தையை பாத்துக்கோ. அடிக்கடி போன் பண்ணு டா. மறந்துடாதே. லீவு கெடச்சா உடனே ஊருக்கு அம்மாவை பாக்க வாடா" என சொல்லிக்கொண்டிருக்கும் போதே மெதுவாய் கண்ணீர் எட்டி பார்த்தது சரஸ்வதிக்கு.

"அம்மா நோ செண்டிமென்ட்ஸ். நோ டியர்ஸ். எதுக்குமா அழுகுற" என கேட்டான் குமரன்.
"உனக்கு சொன்னா புரியாதுடா... பாத்து நிதானமா வண்டியே ஓட்டு" என பொறுமையாக சொல்லி, குமரனிடம் சென்று கட்டி தழுவினார் சரஸ்வதி. அந்த பத்து நொடி

குமரனுக்கு, ஏதோ ஒரு மாற்றத்தை அவனுள் ஏற்படுத்தியது. அவன் கண்களும் கலங்க தயாராகின. உடனே சுதாரித்த குமரன், "அம்மா டைம் ஆச்சு. லெட்ஸ் கோ" என சொல்லி சரஸ்வதியையும் முன் நகர்த்தி சென்றான். 'அழுவது ஆணுக்கு அழகல்ல' என எங்கோ, என்றோ, எவனோ சொன்னதை இன்றும் குமரன் போன்ற ஆண்கள் நம்பவே செய்கிறார்கள்!

உள்ளே நுழைந்ததும் எங்கே அந்த இரண்டு பைகளை செக்கின் செய்யவேண்டும் என அம்மாவுக்கு காட்டி, சொன்னான் "அம்மா ஒன்னும் பயப்படாதே, நேர போய் பேக்ஸ் செக்கின் பண்ணிட்டு, பிரிஸ்கிங் முடிக்கணும். அவளவுதான், பிலைட் ஏறுனா நேர ஊருல போய் எறங்கிடலாம். நிறையா தண்ணி குடிமா, அடிக்கடி ஜூஸ் வாங்கி குடி, எவ்வளவு தடவ கேட்டாலும் தருவாங்க. யோசிக்காத. பாஸ்போர்ட் ஹாண்ட் பாக்ல வெச்சுக்கோ, கேட்கும் போது மட்டும் எடுத்து காட்டு. இந்தியால கஸ்டம்ஸ்ல பாக்ல என்ன இருக்குனு கேட்டா, ஒருவேளை கேட்டா, 'சாக்லேட், டாய்ஸ்' அப்படினு சொல்லு.

கேட்க்க வாய்ப்பில்லை, இருந்தாலும் சொல்லுறேன்""

"சரி டா. நான் பாத்துக்குறேன். நீ பார்த்து மெதுவா வண்டியோட்டிட்டு போ" என பொறுமையாக அடி எடுத்து வைத்தார் சரஸ்வதி. "நான் இல்லாம இத்தனை நாள் என்ன கஷ்டப்பட்டாரோ மனுஷன்!!?" என தன் கணவனை பற்றிய கவலையும், நினைவுகளும் சரஸ்வதியை உந்தின... வேகமாய் நடந்தார் சரஸ்வதி. குமரன் தூரத்தில் நின்றபடியே, செக்கின் கவுண்டரில் பைகளை சரஸ்வதி கொடுக்கும் வரை பார்த்தான். பின் கிளம்ப ஆயத்தம் ஆனா அந்த நொடி, சரஸ்வதி திரும்பி குமரனை பார்த்து கை அசைத்து விடை பெற்றார்.

சோதனை வரிசையில் வெகு நேரம் நின்று, அதை கடந்து வந்தார் சரஸ்வதி. நுழைவாயில் 83 செல்லவேண்டியிருந்தது, இன்னும் ஒரு தொலைதூர பயணத்துக்கு தயாரானார். சுமார் இருபது நிமிடம் ஆனது வாயில் 83 வந்தடைய. சுற்றும் முற்றும் ஆங்கிலம், மற்றும் புரியாத பாஷைகளே காதில் விழுந்தபடி இருந்தது.

இன்னும் இரண்டரை மணி நேரமாவது ஆகும் விமானம் புறப்பட, அதுவரை அங்கே காத்திருக்க வேண்டும், யாருடனும் பேசாது, எங்கேயும் போகாது!!! இது கொடுமையிலும் கொடுமை. இது போதாதென்று, அருகில் ஒருவன் காதில் இயர்போன் மாட்டிக்கொண்டு 'ஊஊஊ ஏஏஏஏ' என சரஸ்வதியின் காதில் நன்றாக விழும்படி பாடிக்கொண்டிருந்தான்... படுத்திக்கொண்டிருந்தான் என சொன்னால் இன்னும் பொருந்தும்.

கொடுமையின் குரூரம் இசை(இம்சை) ரூபத்தில் அதிகரிப்பதை உணர்ந்தார் சரஸ்வதி. அடுத்த வரிசைக்கு செல்ல ஆயத்தமானார்.

டேக் ஆப்

'போகும் இடம் வெகு தூரமில்லை நீ போவாய்..." என தனக்குள் பாடிக்கொண்டே அடுத்தடுத்த வரிசைகளில் உட்காரா இடமும், முக்கியமாக காதில் இயர்போன் மாட்டாமல் இருந்த காதுகளும் இருக்கிறதா என தேடலானார் சரஸ்வதி. ஒரு சில வரிசைகள் தள்ளி, உட்கார இடம் இருந்தது. அங்கே இந்திய சாயல் கொண்ட சில முகங்களும் இருந்தது. இது போதாதா சரஸ்வதிக்கு? அந்த இடத்தை உடனே தேர்வு செய்தார்

அவரது இருக்கை அருகில் கை பேசிகளை சார்ஜ் செய்யும் பெட்டி ஒன்று இருந்தது. அதில் ஒருவர் கைபேசியை சார்ஜ் செய்துகொண்டிருந்தார். அப்போது ஒரு பெரியவர், கைபேசியை சார்ஜ் கொண்டிருந்தவர் அருகில் வந்தார் "ஆயி போயிந்தா?" என கேட்டார்.
"ஆயா? என்னங்க?" என கேட்க. சரஸ்வதி மெலிதாய் சிரித்தார்.

"ஓ தமிழு வாடா. போனிலு மூணு பெர்ஸன்ட் மாத்திரமே!" என சொல்லி தன் கைபேசியை உயர்த்தி காட்டினார் பெரியவர். அதில் தெளிவாக மூன்று விழுக்காடு சார்ஜ் உள்ளது என தெரிந்தது.

அதற்கு தமிழ் பேசும் அந்த நபர் "என்னோடது நைண்ட்டி பெர்ஸன்ட் ஆயி போச்சு. இப்போ நீங்க ஆயி போங்க" என சொல்ல சரஸ்வதியின் சிரிப்பு சத்தம், அவர் வாயை மறைத்திருந்த கைகளை தண்டி கேட்டது. அந்த நபர் புரிந்து கொண்டார், இந்த பெண் தமிழ் தெரிந்தவர் என்று.

"அம்மா... தமிழா?" என அந்த நபர் கேட்க
"ஆமா தம்பி" என்றார் சரஸ்வதி
"நீங்க டாலஸ்லயா இருக்கீங்க?" என கேட்டார் அவர்.
"இல்ல பா. என் பையன் இங்க இருக்கான், அவனையும், மருமகளையும், பேத்தியையும் பார்க்க வந்தேன். நான் சென்னை" என சொன்னார்.
"தனியாவா போறீங்க?" என அந்த நபர் கேட்க
"ஆமா பா" என சொன்னார் சரஸ்வதி.

"அம்மா சென்னை பிலைட் கேட் மாத்தீட்டாங்க. நானும் சென்னை தான் போறேன். இங்க இருந்து இன்னும் கொஞ்ச தூரம் போகணும். போன் சார்ஜ் முடியட்டும்னு நான் இங்கே இருந்தேன்" என சொன்னார் அந்த நபர்.

"எனக்கு தெரியல பா. ரொம்ப தேங்க்ஸ், எந்த பக்கம் போகணும் பா?" என சின்ன பதட்டத்துடன் சரஸ்வதி கேட்க.

"அம்மா, நான் என் குடும்பத்தோட தான் வந்திருக்கேன். எங்க கூடவே நீங்க தாராளமா வரலாம்" என சொல்லி. "சுவாதி..." என தன் மனைவியை அழைத்தான்.

ஜீன்ஸ் பாண்ட், ஷர்ட் போட்ட சுமார் ஐந்தரை அடி உயரம் கொண்ட, நெற்றியில் சரியான அளவில் பொட்டு வைத்த லட்சணமான ஒரு பெண் வந்தார். உடன் ஒரு சிறுவனும்.

"அம்மா என் பேரு கவின், இது என் வைப் சுவாதி, என்னோட பையன் நாதன்" என தன்னையும் தன் குடும்பத்தையும் அறிமுகப்படுத்தினான் கவின்.

"அப்பா, இட்ஸ் நேத்தன். நோ நாதன் ப்ளீஸ்" என சின்னதாய் கோவித்துக்கொண்டான் அந்த சிறுவன்.

புன்னகைத்து கொண்டே "ஓகே நேத்தன்" என சரஸ்வதி சொல்ல.

"தங்க யு பாட்டி" என நாதன் சொன்னான். சரஸ்வதியை நாதனுக்கு உடனே பிடித்துவிட்டது, சரஸ்வதிக்கும் தான். அழகாய் பேசும் குழந்தைகளை எந்த பாட்டிக்கு தான் பிடிக்காது?

"சுவாதி இவங்களும் சென்னைதான் போறாங்க" என கவின் சொன்னதும், "அம்மா சென்னைக்கு கேட் மாத்திட்டாங்க மா. எங்க கூட வாங்க, நாங்களும் அங்க தான் போறோம்" என பணிவாய் சொன்னாள் சுவாதி. சுவாதியின் சொற்களில் பணிவும், பண்பும், அன்பும் தெரிந்தது, சரஸ்வதிக்கு. அறுபது ஆண்டுக்கும் மேலான வாழ்க்கை பாடம், மனிதர்களை படிக்க கட்டாயம் கற்றுத்தரும். சரஸ்வதிக்கு மட்டுமல்ல, எவருக்கும்...

நால்வரும் மாற்றப்பட்ட வாயில் நோக்கி சென்றாரகள். மெதுவாக நாதன் சரஸ்வதி கைகளை பிடித்தான். சரஸ்வதிக்கு பேத்தியின்

ஞாபகம் வந்தது, பின் நாதனின் கைகளை இருக பற்றிக்கொண்டார்.

"பாட்டி உங்க பேர் என்ன?" என அழகாய் தமிழில் கேட்டான் நாதன்.
"என் பேரு சரஸ்வதி, நேத்தன் கண்ணு" என சொல்லி சுவாதியிடம் கேட்டார் "உன் பையன் ரொம்ப நல்ல தமிழ் பேசுறான்? எப்படி மா?", சரஸ்வதி
"நாங்க வீட்டுல தமிழ் மட்டும் தான் பேசுவோம். அதுனால தான் அவன் நல்லா தமிழ் பேசுறான்" என்றாள் சுவாதி.
"நான் நினைச்சேன், இந்தியால இருக்கும் அவனோட தாத்தா பாட்டி கூட அடிக்கடி பேசி பழகியிருப்பான்னு" என சரஸ்வதி சொன்ன அடுத்த நொடி, சிரிப்பு மலர்ந்த சுவாதியின் முகம் சுருங்க ஆரம்பித்தது.
சரஸ்வதி புரிந்து கொண்டார், உறவுகளுக்குள் பிரச்னை என்று. சட்டென "நீங்க எத்தனை வருஷமா அமெரிக்காவுல இருங்கீங்க?" என கேட்டு சிரிப்புடன் பதில் சொல்லும் சுவாதியை மீட்டெடுத்தார்.
"இன்ஜினியரிங் படிச்சு முடிச்ச கொஞ்ச நாளிலேயே இங்க வந்துட்டோம், நாங்க

இங்கே வந்து பதினஞ்சு வருஷம் மேல ஆகுதுமா. நீங்க இங்க யாரை பார்க்க வந்தீங்க?", புன்னகை கலந்த பதிலுடன் ஒரு கேள்வியை கேட்டு பேச்சை தொடரநினைத்தாள் சுவாதி.

"நான் இங்க என் பையனையும், பேத்தியையும் பாக்க வந்தேன் மா. மூணு வாரமா இங்க இருக்கேன். எனக்கு நம்ம ஊரு தான் மா சரியாவரும். அமெரிக்கா எல்லாம், என்ன பொறுத்தவரைக்கும், பேருக்கு தான்... என் வயசு ஆளுங்களுக்கு இந்தியா தான் சரிவரும்" என பெருமூச்சுடன் முடித்தார் சரஸ்வதி.

டக்கென, "இந்தாங்கம்மா தண்ணி குடிங்க" என பாட்டிலை நீட்டினாள் சுவாதி.

ஒரு வாய் தண்ணி குடித்துவிட்டு, "என் பையனும் படிக்க இங்க வந்தான், இங்கயே வேலை பார்த்து ஒரு அமெரிக்கா பொண்ணையே கல்யாணம் பண்ணிகிட்டான், அமெரிக்கா சிட்டிசன் ஆகிட்டான்" என சொன்னார் சரஸ்வதி.

"ஓ அப்படியாமா?" என கேட்டாள் சுவாதி

"வந்து பதினஞ்சு வருஷம் ஆச்சுன்னா, நீங்களும் சிட்டிசன் ஆகியிருப்பீங்களே?" என சரஸ்வதி கேட்க, "க்ரீன் கார்டு இருக்குமா,

ஆனால் சிட்டிசன் ஆகுற யோசனை இல்லமா" சொன்னாள் சுவாதி.

இத்தனை பேச்சுக்கு நடுவிலும் நாதன் சரஸ்வதியின் கைகளை விடவில்லை...

"பாட்டி நீங்க அம்மா கிட்ட மட்டும் பேசுறீங்க. என்கிட்டயும் பேசுங்க" என நாதன் குறுக்கிட்டான்.

"நோ நாதன், அப்படி சொல்லாத" என சின்ன அதட்டலுடன் சொன்னாள் சுவாதி.

"விடுமா, பையன் சரியாதான் சொல்லுறான். என் பேர கேட்டது அவன்தானே. நேத்தன் கண்ணு, நாம பேசுவோம்." என சிரித்தபடி சொன்னார் சரஸ்வதி.

"தேங்க் யு பாட்டி" என சொல்லி குஷியானான் நாதன்.

அடுத்த முக்கால் மணிநேரம் நாதனுடன் பேசி தானும் சிறுவயதாகே மாறினார் சரஸ்வதி. எத்தனை சிரிப்பும், மகிழ்ச்சியும்!! வயோதிகம் அடைந்தவர்களுக்கு குழந்தைகளுடன் பேசுவதைபோல், பேரானந்தம் கிடையாது.

இதை பார்த்து ரசித்து கொண்டிருந்தனர் கவினும், சுவாதியும்.

அடுத்த சில நிமிடங்களில், விமானம் புறப்பட தயாராக உள்ளதாகவும். பயணிகள் வெகுவிரைவில் அழைக்கப்படுவார்கள் எனவும் அறிவிப்பு வந்தது.

நாதன் சொன்னான், "பாட்டி டைம் ஆச்சு, இன்னும் கொஞ்ச நேரம் தான் உங்க கூட பேச முடியும், பிலைட்டுக்கு உள்ளே போயிட்டா வேற வேற சீட்ல தான் உக்காரனும்" உதட்டை பிதுக்கியபடி.

"சரி, அதுவரைக்கும் நாம பேசலாம். நீ ரொம்ப நல்லா பேசுற" என நாதன் தலையை சிலுப்பி சொன்னார் சரஸ்வதி.

"சரி, ஒரு கதை சொல்லுங்க" என நாதன் கேட்டான்.

சரஸ்வதியும் அவருக்கு தெரிந்த சிங்கம் புலி கதையெல்லாம் சொல்ல ஆரம்பித்தார்.

நடுவில் கவின் குறுக்கிட்டான் "அம்மா உங்க சீட் நம்பர் என்ன?" என கேட்டான்.

தனது இருக்கை எண்ணை சொன்னார் சரஸ்வதி, அதை கேட்டுவிட்டு சுவதியிடம் இரண்டு பாஸ்போர்ட், இரண்டு போர்டிங் பாஸ் வாங்கிவிட்டு நாதனுடன் நகர்ந்தான் கவின். நாதனுக்கோ சரஸ்வதியுடன் இன்னும்

பேசவேண்டுமென ஆசை! கலை இழந்த முகத்துடனே சென்றான் நாதன்.

சிறிது நேரம் கழித்து பயணிகளுக்கு விமானத்தின் உள்ளே வர அழைப்பு வந்தது. சுவாதி, சரஸ்வதியின் கையை பிடித்து மெதுவாய் கூட்டி சென்றாள். ஆனால் சரஸ்வதி, சுவாதியை விட வேகமாக நடந்தார்! "என்னமா, நல்லா வேகமா நடக்குறீங்க?" என சுவாதி கேட்க
"சுமார் முப்பது வருஷமா வாக்கிங் போறேன் சுவாதி" என்றார் சரஸ்வதி. இந்திய பெண்களின் வயதிற்கும் வேகத்திற்கும் சம்மந்தமில்லை என்ற படம் கற்றாள் சுவாதி.

சரஸ்வதியின் இருக்கை எண்ணை பார்த்து அமரவைத்தாள் சுவாதி, அவளது இருக்கை இன்னும் நான்கு வரிசை தள்ளி இருந்ததால் அங்கிருந்து நகரும் நேரம் "சுவாதிமா, நீயும் என்கூடவே உட்காரலாமே" என கேட்டார் சரஸ்வதி.
சுவாதிக்கும் அதுதான் நோக்கம், இப்போது சரஸ்வதி வாய்விட்டு கேட்டும் விட்டதால் எப்படியேனும் சரஸ்வதியுடன் அமர்ந்து இந்த

பயணத்தை மேற்கொள்ளவேண்டும் என முடிவு செய்தாள்.

சுவாதி ஒரு நொடி கூட யோசிக்காமல் சரஸ்வதி அருகில் அமர்ந்தாள் அடுத்த மூன்றே நிமிடங்களில் அந்த இருக்கைக்கு உரிய நபர் அங்கே வந்தார் "ஹாய், திஸ் இஸ் மை சீட்" என பணிவுடன் சொன்னார்.

சுவாதி மெதுவாக கேட்டாள் "கேன் வி ஸ்விட்ச் சீட்ஸ் ப்ளீஸ்? லேடி ஹியர் இஸ் அன் அகுவாண்டின்ஸ் ஆப் மைன்"

"ஒகே மேம் நாட் எ ப்ராப்ளம்" என சொல்லி அந்த அமெரிக்கர் சுவாதி சொன்ன வரிசையில் போய் அமர்ந்தார்.

சரஸ்வதி சொன்னார் "ரொம்ப தேங்க்ஸ் மா பிலைட் டேக் ஆப் ஆகும்போது நீ பக்கத்தில் இருந்தேன்னா எனக்கு கொஞ்சம் தைரியமாக இருக்கும்"

"டேக் ஆப் எல்லாம் ஒரு விஷயமே இல்லமா. எதுக்கு பயப்படுறீங்க?" என சொல்லிக்கொண்டிருக்கும் போதே, மேலே

வைக்கப்பட்டிருந்த பைகளில் ஒன்று சுவாதியின் கழுத்தில் விழுந்தது.

கனமான பை இல்லையென்றாலும் சுவாதிக்கு வலிக்கவே செய்தது. உடனே விமான பணிப்பெண் ஓடிவந்தார், "மாம் ஆர் யு ஆல்ரைட்" என பயத்துடன் கேட்டார், அதில் அக்கறையும் கலந்தே இருந்தது.

சுவாதி "ஐ அம் குட்" என கழுத்தை தடவிய படியே சொன்னாள். சரஸ்வதி மட்டுமல்ல இங்கு எல்லோரும் ஏதோவொன்றுக்கு பயந்துதான் ஆகவேண்டும் என நினைத்துக்கொண்டாள்.

"சுவாதி இன்னும் சுமார் இருபது மணி நேரம் நாம பிலைட்ல இருக்கணும். பேசணும்னு தோணுச்சுன்னா பேசு, தூக்கம் வந்தா என் தோள் இருக்கு, நீ சாஞ்சுக்கலாம், கழுத்துல வலிக்காம பாத்துக்கமா" என சரஸ்வதி சொன்னார்.

"எனக்குள்ள பல வலி இருக்குமா, இதெல்லாம் ஒன்னும் இல்லை..." என பெருமூச்சுடன் தனக்குள் மனக்காயங்கள் இருப்பதை வெளிப்படுத்தினாள் சுவாதி.

"நான் வழிய வந்துகேட்குறேன்னு நினைக்காத மா, உன் வலி என்னனுதான் சொல்லேன். உனக்கு விருப்பம் இல்லேனா வேணாம்" என்கிறார் சரஸ்வதி.

அங்கே பரிமாறப்பட்ட கருங்காப்பியை எடுத்து, அதில் சில சர்க்கரை கட்டிகளை போட்டு கலக்கினாள் சுவாதி, பின் அதை சரஸ்வதிக்கு கொடுத்து "அம்மா குடிங்க" என்றாள்.
ஒரு வாய் குடித்துவிட்டு "இது என்னமா இனிப்பாவும் இருக்கு, கசப்பாவும் இருக்கு?" என சரஸ்வதி சொன்னார். அப்போது அவர் புருவம் நன்கு உயர்ந்திருந்தது, தியாமின் எனும் வைட்டமின்கள் வேலைசெய்ததனால் இருக்கலாம்!

"என் கதையும் இப்படித்தான் மா இருக்கும்" சின்ன புன்னகையுடன் சுவாதி மெல்ல சரஸ்வதியின் தோளில் சாய்ந்து, கொஞ்சம் இறுக பற்றி சொன்னாள்.

"அம்மா சுவாதி, உன் பையனுக்கு நான் நிறையா கதை சொல்லிட்டேன். இது நான்

கேட்குற நேரம்" சுவாதியின் தலையை மெல்லமாக வருடி சொன்னார் சரஸ்வதி.

"பொதுவா காதல் இயற்கையானது, ஆனால் எங்க காதல் இயற்கையாலேதான் ஆனதே...!" என சொல்லி, இரு நொடி கண்களை மூடி திறந்தாள் சுவாதி. திறந்தபோது, அவளது கல்லூரி நாட்கள் அவள் கண்முன்னே மெதுவாய் விரிந்திருந்தது.

2001 சுவாதி கல்லூரியில் மூன்றாம் ஆண்டு பொறியியல், கண்ணி பிரிவு, படித்துக்கொண்டிருந்தாள். அதே கல்லூரியில் கவின் மூன்றாம் ஆண்டு, இயந்திரவியல் பிரிவில் படித்து கொண்டிருந்தான். படித்துக்கொண்டிருந்தான் என சொல்வது அதிகம், மற்ற மாணவர்கள் படித்தார்கள் கவின் அவர்களோடு கல்லூரி சென்றுவந்தான் என சொன்னால் பொருத்தமாக இருக்கும். கவின் மட்டுமல்ல, வகுப்புக்கு இருவர் என கவின் போல அந்த கல்லூரியில் கிட்டத்தட்ட ஐம்பது பேரேனும் இருப்பர். வாத்தியார்கள் என்னென்னெவோ முயற்சிகள் செய்தும் இந்த சிறு கூட்டத்தை படிக்க வைக்க மட்டும்

முடியவில்லை. இவர்கள் யாரும் முட்டாள்கள் அல்ல, திறமையும் ஆற்றலும் மிகுந்தவர்களே... அதை சரியானபடி மடை மாற்றாமல் விட்டவர்கள்.

படிப்பில் பெரிதாக சோபிக்கவில்லை தான், ஆனாலும் ஒரு மெக்கானிக்கல் இன்ஜினியரிங் ஸ்டூடென்ட்டுக்கான எல்ல மிடுக்கும் அவனிடம் இருந்தது. அறுபத்தி ஆறு பேர் கொண்ட வகுப்பில் ஒரு பெண் மாணவி கூட கிடையாது, அதனாலேயே வாத்தியார் ஏதேனும் திட்டினால் தோள் மேல் இல்லாத தூசியை தட்டிவிடுவது, விடுதியில் உணவு பிடிக்கவில்லை என்றால் தவறுதலாக தட்டை கீழே போடுவது போல், உணவை வீணடிப்பது, மற்ற பிரிவு மாணவர்கள் முன்னே காலரை தூக்கிவிட்டு, முடியை கோதிவிட்டு செல்வது, வகுப்பில் சக மாணவனுக்கு ஏதேனும் சிறு பிரச்னை வந்தால், தவறு அவன் மீதே இருந்தாலும், குறைந்த பட்சம் பத்திலிருந்து, பதினைந்து பேர் கூடி அடாவடி செய்வது, கல்லூரி சாலையில் அவ்வப்போது பைக்கில் ஸ்டன்ட்டுகள் செய்வது (சிலசமயம் பைக்கில் இருந்து விழுந்து மண்ணைக்கவ்வுவது)

மாணவிகள் அவர்கள் முன் வந்தாலோ அல்லது இவர்கள் மாணவிகளை கடந்து செல்லநேர்ந்தாலோ கர்ஜனை குரலுடன் பேசுவது போன்ற எல்லா வெட்டி பந்தாக்களையும் அந்த அறுபத்தி ஆறில் முக்கால் வாசி பேர் செய்வது இந்த கல்லூரி மட்டுமில்லை எந்த பொறியியல் கல்லூரியிலும் நடக்கும். ஆனால் படிப்பு முடிந்து பட்டம் பெற்ற பின், இது போன்று தாங்கள் செய்த வெட்டி பந்தாக்களை நினைத்து சிரித்துக்கொள்வாரகள், வெட்கப்படவும் செய்வார்கள் இந்த மெக்கானிக்கல் என்ஜினீயர்கள். இளைய மெக்கானிக்கல் மாணவர்களிடம் இது போல் செய்யவேண்டாம் எனவும் அறிவுரை செய்வார்கள், ஆனால் எதை செய்ய வேண்டாம் என சொல்லப்படுகிறது அதை மிக சரியாக அல்லது அதற்கும் மேலாக செய்வதே இந்த மெக்கானிக்கல் இன்ஜினியரிங் மாணவர்களின் வழக்கம்.

சரி மெக்கானிக்கல் புகழ்(வஞ்சப்) பாடியது போதும், இந்த கதைக்கு வருவோம்.

கவினுடன் அவனது நண்பர்கள் தீபன் நாதன், மணி, மகேந்திரன் எப்போதும் இருப்பார்கள். ஒரே வித்யாசம், அவர்கள் மூவரும் படிக்கவும் செய்வார்கள். கவின், மணி, தீபன், மகேந்திரன் நால்வரும் கல்லூரி விடுதியில் ஒரே அறையில் தங்கி படித்தார்கள். இவர்கள் நால்வருக்கும் ஒரு நல்ல நட்பு ஏற்பட அதுவும் ஒரு காரணமே...

தீபன் நாதன் பெரிய குடும்பத்து பையன், ஆனால் துளியும் அதை காட்டிக்கொள்ளமாட்டான். மற்ற மாணவர்களுடன் இயல்பாக பழகுவான். நாதன் அவனது தந்தை பெயர், அவர் மீது உள்ள மரியாதையை காரணமாக தீபன் நாதன் என பெயரை மாற்றிக்கொண்டான். அவனது தந்தை நாதன், பெரிய தொழில் அதிபர், தீபனுக்கு பத்து வயது இருக்கும் போதே இறந்துவிட்டார், இன்னும் சொல்லப்போனால் ஒரு கலவரத்தில் தன் நண்பனை காப்பற்ற அவர்செய்த முயற்சியில் தன் உயிரை பலிகொடுத்தார். ஆனால் அந்த நண்பரை காப்பாற்றிவிட்டுதான் தன் உயிரை விட்டார் நாதன். நாதன் பற்றி அந்த மொத்த வகுப்பும் பேசும், 'நட்புன்னா இது

தாண்டா' என நாதனின் கதை ஒரு நட்பின் இலக்கணமாய் இருந்தது. தீபன் மீது மொத்த வகுப்புக்கும் அன்போடு கலந்த ஒரு மரியாதையும் இருந்தது. சில நேரங்களில் கல்லூரியில் மெக்கானிக்கல் வகுப்பு நிகழ்ச்சிகள் நடத்தும் போது, மாணவர்களுக்கு திடீர் பணத்தேவை இருந்தால், அவர்கள் நினைவுக்கு உடனே வருவது தீபன் தான். அவனும் தன்னால் ஆனா உதவிகளை செய்ய தவறியதில்லை.

மணி படிப்பில் கெட்டி, பரீட்சை முடிவுகளில் முதல் மூன்று இடங்களுக்குள் மணியின் பெயர் கட்டாயம் இருக்கும். அதற்காக எப்போதும் படித்து கொண்டிருக்க மாட்டான், வகுப்பில் முழு கவனத்துடன் இருப்பான். பரீட்சை சமயம் சற்று கூடுதல் சிரத்தை எடுத்து படிப்பான், இதுதான் அவனது வெற்றியின் ரகசியம். படிப்பில் உதவி என யார் கேட்டாலும் அலட்டிக்காமல் சொல்லித்தருவான். சினிமா பாணியில் மற்றவர்களை கிண்டல் செய்வதாகிலும் பெயர் போனவன். பன்ச் வசனங்களை அல்லி விடுவான், அதை ரசிப்பவர்களும் உண்டு

'ஐயோ, ரம்பம்டா' என அலறுபவர்களும்
உண்டு. சினிமாபார்த்து பலவீனமான
லட்சக்கணக்கானவர்களுள் இவனும் அடக்கம்.
அவனது சில பன்ச் வசனங்கள்;
மார்கழிக்கு அப்புறம் தைமாசம்
மண்டையைபோட்டா கைலாசம்

நான் ரெஸ்ட்ல இருந்த பினாமி
ரெடி ஆனா சுனாமி

மரத்துல தாவும் குரங்கு
நீ மரியாதையா மேடையைவிட்டு இறங்கு

பழைய படம் 'ஆலயமணி'
பாத்து மோதுடா! இது ஆறு அடி மணி

காலுக்கு போட்டா கால் மிதி
கடைசியா போன காலாவதி

கெமிஸ்ட்ரி லேப்ன்னா பிப்பெட் பியூரேட்
கெத்தா நின்னா மெக்கானிக்கல் ஸ்டூடெண்ட்

கரண்ட் பாயும் காப்பர் வொயரு
கன்னிப்பொண்ணு கண்ணு பயரு

இது போன்ற பன்ச்களை தெறிக்க விடுவதால், வாயால் மட்டும் மோதும் இடங்களுக்கு இவனை அழைத்து செல்வர் மாணவர்கள்.

மகேந்திரன் பர்ஸ்ட் கிளாசில் பாஸ் பண்ணும் அளவுக்கு படிப்பான், அதே நேரம் விளையாட நேரம் ஒதுக்குவான், ஊர் சுற்றுவான். லைஃபை டேக் இட் ஈஸியாக எடுத்து கொள்பவன், எது வந்தாலும் எதிர் கொள்ளத்தான் வேண்டும் என்ற நிலைப்பாடு உடையவன். நண்பர்களுக்காக தன்னால் முடிந்ததை செய்பவன். பெண்கள் வந்தால் மண்ணை பார்த்து நடப்பான். யாரையும் கிண்டல் செய்ய மாட்டான். கண்டிப்பான தந்தையாலும், அன்பான தாயினாலும் வளர்க்கப்பட்ட பிள்ளை. அவ்வப்போது ஏதேனும் தவறு செய்து வாத்தியாரிடம் மாட்டிக்கொள்வான். இவனுக்காக தீபனும், மணியும் பரிந்து பேசுவார்கள் பேராசிரியரிடம். இந்த பரிந்து பேசும் இடத்திற்கு கவீணை அழைத்து செல்வதில்லை இவர்கள். கவின் வந்தால் கதை கந்தல் தான், அவ்வளவு நல்ல பெயர் எடுத்திருந்தான் வாத்தியர்களிடம். கல்லூரி

வந்தால் 'எள்' அளவேனும் படிக்கவும் வேண்டும் அல்லவா?

கவின் பற்றி இன்னும் சொல்ல என்ன இருக்கிறது. படிப்பை தவிர மற்ற அனைத்திலும் ஆர்வம் உண்டு. தன் வீட்டருகில் உள்ளே அவன் வயது மாணவர்கள் பொறியியல் சேர்ந்துவிட்டதால், அவனும் சேர்ந்தே ஆகவேண்டும் என அடம் பிடித்து பொறியியல் கல்லூரியில் சேர்ந்தவன். பள்ளிவரை ஒரளவுக்கு படித்தவன், கல்லூரியில் கேட்க ஆளில்லாததால் சரியாக படிக்க தவறினான். முதல் இரண்டு ஆண்டுகளில் மட்டும் ஆறு அரியர்கள் உள்ளன அவனுக்கு. இதுவும் மணி இருந்ததனால், இல்லாவிட்டால் அது பதினாறாக இருந்திருப்பதற்கும் வாய்ப்புண்டு.

சுவாதியும் அதே கல்லூரியில் மூன்றாம் ஆண்டு படிப்பவள், கல்லூரியில் உள்ள பெண்கள் விடுதியில் தான் தங்கியிருந்தாள். சுமார் பதினைந்து கிலோமீட்டர் தொலைவில் உள்ள கிராமத்தில் வளர்ந்தவள். அவளது அப்பா மிகவும் கண்டிப்பானவர். அவர்

கண்டிப்பில் இருந்து தப்பிப்பதற்காகவே, தினமும் அவர்கள் கிராமத்துக்கு கல்லூரி பேருந்து வந்தபோதிலும், கல்லூரி விடுதியில் தங்க விருப்பம் தெரிவித்தாள் சுவாதி. அவள் தந்தை, கல்லூரியில் சேரும் முதல் நாளே சொல்லிவிட்டார் ஒரு முறை பாடத்தேர்வில் தோற்றாலும் கூட, படிப்பை நிறுத்திவிடுவார் என்று!! அதனால் கவனமாக படித்தாள். ஒவ்வொரு தேர்விலும் நல்ல மதிப்பெண் எடுத்தாள்.

இந்த மூன்று ஆண்டுகளில், சுவாதியும் கவினும் ஒருவரை ஒருவர் பல முறை கடந்து சென்றிருந்தாலும், நேருக்கு நேர் பார்த்துக்கொண்டது கிடையாது. சுவாதி என்ற மாணவி பற்றி கவினோ, கவின் என்ற மாணவன் பற்றி சுவதியோ கேள்விப்பட்டதுகூட கிடையாது; இயற்கை தேர்ந்தெடுத்து வைத்திருந்த அந்த நாள் வரை.

இப்படி சுவாதியின் கண்ணுக்குள் விரிந்ததை, விவரித்தாள் அச்சு பிசையாமல். சுவாதியின் விவரிப்பு எவ்வளவு சிறப்பாக இருந்ததென்றால், சரஸ்வதியால் அவர்

கேட்டதை மனதிற்குள் ஒரு படமாய் பார்க்கமுடிந்தது. இந்த முறை டேக் ஆப் ஆகும் போது சரஸ்வதிக்கு பயமென்பது துளியும் இல்லை! சுவாதியும் கவினும் எப்படி சேர்ந்தார்கள் என்ற ஆர்வம் மட்டுமே எக்கச்சக்கமாய் இருந்தது.

இருவர் சேர்ந்த கதை

ஒரு பிப்ரவரி மாதம், சிவில் பிரிவு மாணவர்கள் கல்லூரி ஆடிட்டோரியத்தில் நிகழ்ச்சி ஒன்றை ஏற்பாடு செய்திருந்தார்கள். எதிர்பார்த்த கூட்டம் சேரவில்லை என்பதால், நிகழ்ச்சி பற்றி ஒவ்வொரு டிபார்ட்மெண்டுக்கும் வாய்வழி செய்தி பறந்தது. அது செல்போன்கள் மாணவர்கள் கைகளை சென்றடையாத காலம், இருந்தும் செய்திகளை தீ போல பரவச்செய்யும் திறன் இருந்தது. அடுத்த அரை மணி நேரத்தில் மொத்த கல்லூரிக்கும் நிகழ்ச்சி பற்றி தெரியவந்தது. கூட்டம் மெதுவாக அதிகரித்தது. சிவில் மாணவர்களுக்கு மகிழ்ச்சி; செலவு செய்த காசுக்கு கணக்கு காட்ட வேண்டாமா!

கவினுக்கும் இந்த செய்தி சென்றது, அடுத்த வகுப்பு 'காஸ் டைனமிக்ஸ்'

பாடமென்னவோ அருமையான பாடம்தான், ஆனால் வகுப்பாசிரியரோ அறுவையாய் எடுத்துத்தள்ளுவார். கவினின் மைண்ட் வாய்சை யூகிப்பது சுலபம் "கௌம்பிடுடா கவின்...."

அவன் வகுப்பை விட்டு வெளியே செல்லும் தருணம் காஸ் டைனமிக்ஸ் வாத்தியார் வந்துவிட்டார். என்ன செய்வதென தெரியாமல் கண்ணாமுழி திருகியது, அதை கைகளால் மறைத்தான் கவின்.

"யோவ் எங்க போற?" என வாத்தியார் கேட்க "சார், எச் ஓ டி வரசொன்னாரு, அவரை பார்க்க தான் போயிட்டு இருக்கேன்" என ஒரு பிட்டை போட்டான் கவின்

"ஓ... எச் ஓ டி" வாத்தியார் நிறுத்தினார், "ஆமா சார்" பின் உரைத்தான் கவின்

"இப்போ வரசொன்னாரு?" மீண்டும் வாத்தியார், "ஆமா சார்" மீண்டும் கவின்

"உனக்கு கிளாஸ் இருக்குன்னு தெரிஞ்சும் வரசொல்லி இருக்காரு?" வாத்தியார், "ஆமா சார். ஏதாவது முக்கியமான விஷயமா இருக்கும்னு நினைக்கிறன் சார். நான் போகலொம்மா சார்" என முகத்தில் தீவிரத்தோடு சொன்னான் கவின்

"சரி போயா... ஆனா எச் ஓ டி கேபினுக்கு போகாதே, அவர் இன்னிக்கு லீவு..." என வாத்தியார் சொல்ல மொத்த வகுப்பும் சிரித்தது.

"சார்...." என கவின் இழுக்க, "மரியாதையா வெளியே போயிடு, இல்லேன்னா அசிங்கமா திட்டிடுவேன்" என வாத்தியார் காட்டமாக. அடுத்த நொடி கவின் அங்கு இல்லை.

இந்த நேரம், ஆடிட்டோரியத்தில் கூட்டம் அள்ள ஆரம்பித்தது. எதிர்பார்த்த கூட்டத்தை விட அதிகமாக மாணவர்கள் வர தொடங்கினர். நிகழ்வு நடத்தும் தலைமை பொறுப்பில் இருந்த மாணவன், சுதாரித்தான். உடனே, "இந்த இடம் பத்தாது, கிரெளண்ட்ல இருக்கும் ஸ்டேஜ்க்கு உடனே போயிடலாம்" என சொல்லி. அந்த செய்தியை, ஒலி பெருக்கியில் அறிவிக்கவும் செய்தான்.

இரண்டாம் ஆண்டு மாணவர்கள், மூன்றாம் ஆண்டு, நான்காம் ஆண்டு என மொத்த கூட்டமும் ஆடிட்டோரியத்தில் இருந்து மைதானத்தை நோக்கி படை எடுத்தது.

கவினும் அதில் அடக்கம். சுவாதி தன் வகுப்பு தோழிகளோடு வந்திருந்தாள்.

நிகழ்ச்சி தமிழ் மன்றம் மூலமாக நடத்தப்படும் ஒன்று. கவிதை போட்டி, தொடர்ந்து பட்டி மன்றம் என நிரல் இருந்தது.

வானம் மேக மூட்டத்துடன் இருந்தது, சீக்கிரம் நிகழ்ச்சியை ஆரம்பித்து மழை வருவதற்குள் முடிக்க வேண்டி ஆயத்தமானார்கள் சிவில் மாணவர்கள்.

நிகழ்ச்சி நெறியாளராக ஒரு பெண் மாணவி இருந்தார்.

"ஹலோ பிரண்ட்ஸ்... எப்படி இருக்கீங்க. ஐ அம் ஜெயா" என ஆரம்பித்தார்.

"நால்லா இருக்கோம்", "நீ எப்படி இருக்க?", "சீக்கிரமா டான்ஸ் ஆரம்பி மா", "மொக்கை போடாத கண்ணு" என நாளா பக்கத்திலிருந்தும் பதிலும், விசிலும் வந்தது.

"பிரிஎண்ட்ஸ். கண்டிப்பா சீக்கிரம் ஆரம்பிச்சிடுவோம். ஆனா இது தமிழ் மன்றம் நடத்தும் நிகழ்ச்சி. டான்ஸ் இங்கே கிடையாது" என தெளிவு படுத்தினார் ஜெயா

"ஏதோ ஒன்னு, சீக்கிரம் ஆரம்பி" என கூச்சல் அதிகமானது

"சரி, முதல்ல கவிதை போட்டி. இதுக்கு பாய்ஸ் பக்கத்துல இருந்து ஒரு பாத்து பேர். கேர்ஸ்ல இருந்து ஒரு பாத்து பேர் வாலண்டீர்ஸ் வேணும்", வாங்க வாங்க என செய்கை செய்தார் அந்த மாணவி.

மேடையின் கீழிருந்து கூச்சலிடச்சொன்னால் தூள் கிளப்பும் மாணவர்களுக்கு, மேடை ஏற சொன்னால் மட்டும் பயமும், கூச்சமும் வந்துவிடும்.

கேர்ஸ் டக் டக் என பத்து பேர் மேடை ஏறி விட்டனர். அதில் சுவாதி கடைசி ஆள்.

பாய்ஸ் மெதுவாக நான்கு, ஐந்து என எண்ணிக்கை அதிகமானது.

"என்ன பாய்ஸ்... கேர்ஸ்க்கு இருக்கும் காண்பிடண்ஸ் உங்களுக்கு இல்லையா?" என அந்த மாணவி கொளுத்திப்போட... உடனே "டேய் எவனாச்சும் ஸ்டேஜ்க்கு போங்கடா..." என பின் வரிசையில் நின்ற மாணவர்கள் சத்தமிட ஆரம்பித்தனர். கூட்டத்தில் முன் வரிசையில் நின்ற ஐந்து பேரை கொத்தாக மேடை ஏற்ற முயன்றார்கள் மற்ற மாணவர்கள். அந்த கொத்தில் கவினும் அடக்கம்.

"டேய் என்ன ஏன்டா இழுக்குறீங்க? நான் வேடிக்கை பாக்க வந்தன்டா..." என கத்தினான், தன்னை இழுப்பதை தடுக்க முயன்றான்.

"டேய் மச்சி. நீ மெக்கானிக்கல் டிபார்ட்மென்ட் தானே. நீதான்டா இந்த மாதிரி நேரத்துல கெத்தா ஸ்டேஜ்ல நிக்கணும்" என வேறு ஒரு மூன்றாம் ஆண்டு மாணவன் 'ஏத்தி' விட்டான்.

"இப்படி ஏத்திவுட்டு தான் டா எங்க டிபார்ட்மென்ட் பசங்க வீணா போய்டுறானுக" என முனங்கினான் கவின்.

"இல்லைனா மட்டும் நீங்க வள்ளலார் வழியவாடா கடைபிடிக்க போறீங்க?" என நச்செண்று பதில் தந்தான் அருகில் இருந்தவன்.

"ஓவரா பேசாதடா தள்ளி நில்லு" என சொல்லி மேலும் கீழும் நோட்டம் விட்ட பின் "அதென்னடா ஸ்டேஜ் ஏறுனதுல இருந்து உன் கால் இப்படி உதறுது? என கிண்டலாய் கேட்டான் கவின்.

ஆண்கள் வரிசையில் கவின் கடைசியில் நின்றான்.

மேடை முழுவதும் நிரம்பியதால், இடது பக்கம் ஆண்கள் வரிசையில் நின்ற கடைசி நபரும், வலது பக்கம் பெண் வரிசையில் நின்ற

கடைசி நபரும் கூரைக்கு சற்று வெளியில் நிற்க வேண்டியிருந்தது. வெயில் இல்லாத காரணத்தால் அந்த இருவரில் யாரும் ஆட்சியேபம் சொல்லவில்லை.

"போட்டி சிம்பிள். நான் கவிதை சொல்ல ஆரம்பிப்பேன். மேடையில இருக்குறவுங்க யாரு வேணும்னாலும் தொடரலாம்." என சொன்னார் அந்த மாணவி.

"புரியறமாதிரி சொல்லு ஜெயா" என மேடையில் இருந்தவர்கள் கூற, "சரி. நான் கவிதையோட முதல் வரி சொல்லுவேன், உங்கள்ள யாராவது ரெண்டாவது வரி சொல்லணும், அப்புறம் மூணாவது வரி அப்படி ஒரு பத்து வரி சொல்லி முடிக்கணும்" விவரித்தார் ஜெயா.

மேடையில் நின்ற ஒருவன் "கிழிஞ்சுது. நாம பத்து வரி கவிதை சொல்லுறதுக்குள்ள, பரீட்சையே வந்துடுமே" என்றான். சிரித்தார்கள் அனைவரும்.

"ஓகே பிரெண்ட்ஸ். கண்டிப்பா இந்த முதல் வரி உங்க எல்லாருக்கும் புடிக்கும்; முதல் வரி 'காதலன் மீது காதலியின் பார்வை.... அடுத்த

வரி யாராவது சொல்லுங்க..." ஜெயா சொன்னார்.

காதல் கவிதை என தெரிந்ததும் விசில் பறந்தது....

அந்த நொடி சிறு சிறு மழை துளி விண்ணிலிருந்து விழ தொடங்கியது. கூரை வெளியே கடைசியில் நின்ற இருவரையும் தொட்டது அந்த துளிகள்.

உடனே சுவாதிக்கு தோன்றிய வரி 'மழை துளியின் *சீண்டல்*", அதை சொல்ல நினைத்து கையை உயர்த்த முற்படும் நேரம், வேறு ஒரு கை ஆண்கள் வரிசையில் உயர்ந்திருந்தது. அது கவின், அவன் சொன்ன வரி "மழைதூறலின் *தீண்டல்*". கிட்டத்தட்ட சுவாதி யோசித்த வார்த்தைகள்!! அவளுக்கு ஆச்சர்யத்தை உண்டாக்கியது. கூடவே 'அது யார்?' என்ற ஆர்வமும் தோற்றிக்கொண்டது.

அருகில் இருந்த சக மாணவியிடம் "யாருடி அந்த பையன்?" என கேட்டாள் சுவாதி.

"அவன் தேர்ட் இயர் மெக்கானிக்கல் பையன்டி" என பதில் கிடைத்தது.

"அருமையான வரி. எல்லாரும் அந்த மாணவருக்கு கை தட்டலாமே. லெட்ஸ் ஹியர் பார் கவின், தேர்ட் இயர்

மெக்கானிக்கல்." என ஜெயா சொன்னதும். மெக்கானிக்கல் மாணவர்கள் ஆர்ப்பரிக்க ஆரம்பித்தனர். சில நொடி தொடர்ந்து கை தட்டல் சத்தம் கேட்டது.

பெயரை தெரிந்துகொண்டாள் சுவாதி.

"அடுத்த வரி யாராவது சொல்லுங்க" என தொடர்ந்தார் ஜெயா.

ஒரு வரி சொல்லிவிட்டதால், கை தட்டும் கிடைத்துவிட்டதால் மேடையிலிருந்து கீழே இறங்கிவிட்டான் கவின். சுவாதி அவனை தூரத்திலிருந்து எட்டி எட்டி பார்த்தபடி இருந்தாள்.

இதற்குள் மூன்று நான்கு வரி ஆனபின், பல பேர் வரிகள் சொல்ல ஆரம்பிக்க அடுத்த வரி இதுவா? அதுவா? எதை தேர்ந்தெடுப்பது என்ற குழப்பம் ஏற்படத்துவங்கியது மேடையில். கல்லூரிகளில் குழப்பம் கலவரமாக வெகு நேரம் எடுக்காது! இதை புரிந்து வைத்தது மட்டுமில்லாமல், சில முறை பார்க்கவும் செய்திருக்கிறார் ஜெயா, "டக் என, பிரெண்ட்ஸ் பிரின்சிபால் சார் சீக்கிரம் மேடைக்கு வரப்போறார். நாம இந்த போட்டியை இத்தோட முடிச்சுக்கலாம்" என சொன்னார்.

கல்லூரி பிரின்சிபால் சிங்கம் போல் பார்க்கப்பட்டவர்.

அவர் நடந்து வந்தால் மாணவர்கள் சிதறி ஓடுவார்கள், அவ்வளவு பயமும் மரியாதையும் இருந்தது அவருக்கு. அதற்கு முழு தகுதி உடையவர்தான் அவர்.

பிரின்சிபால் வரப்போகிறார் என காதில் விழுந்ததும் கூட்டம் மெதுவாக களைய ஆரம்பித்தது!

கவின் கிரெளண்டை காலியே செய்துவிட்டான்.

இது அனைத்திற்கும் நடுவில் கவின் சொன்ன வரி சுவாதிக்கு மட்டும் திரும்ப திரும்ப கேட்டுக்கொண்டிருந்தது.

இரண்டு நாள் கழித்து, வகுப்பிலிருக்கும் போது மகேந்திரன் கேட்டான் "மச்சி கிளாஸ் போர் டா, கான்டீன் போலாமா?"

சட்டென கவின் சொன்னது "மச்சி, இது சந்தன வேல் சார் கிளாஸ், இத ஸ்கிப் பண்ண வேண்டாம்"

மற்ற எந்த ஒரு வாத்தியாரின் கிளாசையும் மட்டமடிக்க தயங்காத கவின் இந்த

வாத்தியாரின் வகுப்பை தவறவிடாமல் இருக்க காரணம் உண்டு.

சந்தன வேல், ஒரு மூத்த வாத்தியார், 'வீரப்பன்' என்ற ஒரு புனைபெயரும் அவருக்கு மாணவர்கள் மத்தியில் உண்டு. பெயரில் சந்தனம் இருப்பதால் மட்டுமல்ல, பேசுகையில்/ பாடம் எடுக்கையில் அடிக்கடி ஒரு கையை கொண்டு மற்றொரு உள்ளங்கையை வெட்டுவது போன்று உடல் மொழி கொண்டவர். 'சந்தனம்' பெயரில் உண்டு - வெட்டும் செய்கை பேச்சில் உண்டு, அதனால் வீரப்பன் என்ற பெயர். நம் மாணவர்கள் இது போன்ற விஷயத்தில் கில்லாடிகள்.

சரி கவின் சந்தனவேல் வாத்தியாரின் மீது கொண்ட அபிமானத்திற்கு கரணம்; சந்தனவேல் ஒரு மிக கண்டிப்பான பேராசிரியர். தவறு செய்தாலோ, வகுப்பை கவனிக்காது இருந்தாலோ கடுமையாக பேசிவிடுவார், திட்டவும் செய்வார். சில நேரம் அடிக்கவும் கையை ஓங்கிவிடுவார்! கோபத்தை வெளிக்காட்டுவதாக.

ஆரம்பத்தில் கவினுக்கும் இவரை கண்டால் சுத்தமாக பிடிக்காது. ஆனால் இரண்டாம்

ஆண்டின் முதல் பாதியில் ஆய்வக தேர்வு நடை பெற்று கொண்டிருந்த நேரம். அந்த ஆய்வு பாடத்தின் தலைமை ஆசிரியர் சந்தனவேல். கவின் தேர்வு முடிந்து வெளியே வந்து ஒரு நீர் சுத்திகரிப்பு இயந்திரம் இருந்த இடத்திற்கு வந்து தண்ணீர் அருந்த நின்றான். அப்போது அந்த இயந்திரத்திற்கு பின்னால், சந்தன வேல் வெளி கல்லூரியிலிருந்து வந்த ஆய்வாளரிடம் பேசி கொண்டிருந்தார். அந்த சுத்திகரிப்பு இயந்திரம் பெரியதாய் இருக்கும், முன் இருப்பவருக்கு பின்னால் யாரேனும் இருக்கிறார்களா என தெரியாது அதே போல் தான் பின் இருப்பவருக்கும்.

அப்போது கவினுக்கு சந்தனவேல் பேசுவது கேட்டது, "சார், அந்த ஸ்டூடெண்ட் நல்லா தான் எஸ்பிரிமெண்ட் பண்ணுவான், இன்னிக்கு ஏதோ சரியா பண்ணல. மார்க்ஸ் கொஞ்சம் கன்சிடர் பண்ணுங்க" என சொன்னார் சந்தனவேல்

"எப்படி சார், அந்த பிரகாஷ் பையன் ஒண்ணுமே பண்ணலயே. நெக்ஸ்ட் இயர் பண்ண சொல்லுங்க" என எளிதாக சொன்னார் அந்த வெளி கல்லூரி பேராசிரியர்.

இவர்கள் பேசிக்கொண்டிருப்பது அவன் வகுப்பில் உள்ள பிரகாஷ் எனும் மாணவனை பற்றியது தான் என புரிந்து கொண்டான் கவின்.

"சார் இந்த மூணு மணிநேரத்தை மட்டும் வெச்சு அவன் ஒன்னும் தெரியாதவன்னு நம்ம முடிவு பண்ண வேண்டாமே" என கோரிக்கை வைத்தார் சந்தனவேல்.

சிறிது யோசித்த அந்த வெளி கல்லூரி பேராசிரியர் சொன்னார், "சரி, நீங்க சொல்றீங்க. நீங்களே பார்த்து மார்க் குடுத்திடுங்க. இப்போ லஞ்ச் கௌம்பலாமா?"

"தேங்க் யு சார்" சொல்லி புறப்பட்டார் சந்தனவேல் மற்றவருடன்.

மாணவர்களிடம் கடிந்து கொள்ளும் இவர், திரை மறைவில், இவர் திட்டிடடும் அந்த மாணவர்களுக்காக (இவரை மானாவாரியாக மாணவர்கள் வசைபாடுகிறார்கள் என தெரிந்தும்) பரிந்து பேசுகிறார் என தெரிந்ததும் வியப்பாக இருந்தது கவினுக்கு. கூடவே, சந்தனவேல் மீது அவனுக்கு இருந்த மரியாதை, அடைந்த வியப்பை காட்டிலும், அதிகாமாக உயர்ந்தது.

இந்த சம்பவத்துக்கு பின், கவின் இந்த ஆசிரியரின் வகுப்பை 'கட்' அடித்ததே இல்லை. இன்றும் அப்படிதான்.

கவின் "மச்சி, இது சந்தன வேல் சார் கிளாஸ், இத ஸ்கிப் பண்ண வேண்டாம்" என சொன்னதை மகேந்திரன் எதிர்பார்த்தான். "போ மச்சி. நீயும் உன் செண்டிமென்டும்...சரி இந்த கிளாஸ் முடிஞ்சா உடனே கிளம்பிடனும்" என கண்டிஷனாய் சொன்னான் மகேந்திரன்.

சந்தனவேல் வகுப்பு முடிந்தது, அடுத்து காஸ் டைனமிக்ஸ்.... கேட்கவா வேண்டும். கவீனும், மகேந்திரனும் கேன்டீன் நோக்கி ஓடியேவிட்டார்கள்.

கேன்டீன் நெருங்கியதும் இன்னும் வேகமாக ஓடினார்கள், மழை வருவது போல் இருந்ததால்.

"மழை வர மாதிரி இருக்கு... காபி குடிக்க சரியான நேரம்" என சொன்னான் மகேந்திரன். இரண்டு காப்பிகளை வாங்கி, மெதுவாக குடித்தார்கள் கவினும், மகேந்திரனும். இந்த காஸ் டைனமிக்ஸ் வாத்தியார் பற்றியும், அடுத்த வாரம் வெளிவரவிருக்கும் திரைப்படங்களை பற்றியும், அமெரிக்க

ஜனாதிபதி பற்றியும், சமந்தம் சமந்தம் இல்லாமல் ஏதேதோ பேசிக்கொண்டிருந்தார்கள்!

கடைசியாய் கல்லூரி விடுதி அறையில் உள்ள கணினியில் அன்று இரவு என்ன படம் பார்க்கலாம் என்று பேசிக்கொண்டிருந்தார்கள். 'சாமி!' படமும் அவர்கள் பட்டியலில் அடக்கம்!!

காபி காலியானதும், கிளாஸை குடுத்துவிட்டு "அண்ணா ரெண்டு காபி, இந்தாங்க பத்து ரூபாய்" என பத்து ரூபாய் தாளை கேன்டீன் சப்பிளையரிடம் நீட்டினான் கவின்.

"தம்பி நான் அங்க உட்கார்ந்திருக்கும் பொண்ணுக்கு பத்து ரூபா சேஞ் தரணும். அதனால அந்த பொண்ணுகிட்ட இந்த ரூவாய கொடுத்திடு" என சொல்லிவிட்டு அடுத்த வேலையை பார்க்கப்போனார் அந்த சப்பிளையர்.

"மச்சி நீ போய் குடுத்திட்டு டா" என மகேந்திரனிடம் கவின் நோட்டை நீட்டினான்.

"நான் இன்னிக்கு லீவு டா, எந்த வேலையும் செய்யமாட்டேன். சீக்கிரம் வேலைய முடிச்சிட்டு, ஹாஸ்டல் வந்துடு டா" என

சொல்லி இடத்தை காலி செய்தான் மகேந்திரன்.

"காபி குடிச்சதுக்காக ஒரு வேலையா?" என சொல்லிக்கொண்டே அங்கே உட்கார்ந்திருக்கும் பெண் மாணவியை நோக்கி நடந்தான் கவின்.

அந்த பெண் மாணவி திரும்பி உட்கார்ந்து ஏதோ எழுதி கொண்டிருந்தாள், அதனால் கவின் அவளை நோக்கி வருவது அவளுக்கு தெரியாது.

மாணவி அருகில் சென்றதும், அவள் ஏதோ எழுதிக்கொண்டிருப்பது தெரிந்தது. சற்று முன்னே சென்று பார்த்தபோது கவினின் கண்களுக்கு அவள் என்ன எழுதிக்கொண்டிருக்கிறாள் என்பது தெளிவாக தெரிந்தது "காதலனின் பார்வை... மழைத்தூறலின் தீண்டல்..." மூன்று ஹார்ட்டன் குறி. கவினுக்கு யார் இந்த பெண், எப்படி நான் சொன்ன வார்த்தைகள் இவளுக்கு தெரியும், ஏன் அதை இவளது டைரியில் எழுதிக்கொண்டிருக்கிறாள் என ஒரே சமயத்தில் பல கேள்விகள் எழும்பின... காப்பி வேலைசெய்தது போலும்.

"ஹலோ" என ஒரு புரியாத பேரார்வத்துடன் ஒளித்தான் கவின்.

திரும்பிய சுவாதிக்கு அதிர்ச்சி, இன்பத்துடன் கூடிய அதிர்ச்சி! கவீணை அவள் சற்றும் எதிர்பார்க்கவில்லை... தான் எழுதியியதை அவன் பார்த்து விட்டான் என்பதை கவினின் கண்களை பார்த்ததுமே அவளுக்கு புரிந்தது. மீண்டும் மழை துளி அவர்கள் இருவர் மேலும் விழுந்தது, சுவதியிடம் வெட்கம் துளிர்த்தது. கவினுக்கோ, முதல் முறை ஒரு பெண்ணின் வெட்கம் அவன் ஆண்மையை அடிபணிய வைத்ததை உணர்ந்தான்!

இவர்களை சுற்றி; ஒரு வடை, ஒரு காபி - பிறந்தநாள் ட்ரீட்டுக்காக ஒரு பதினைந்து பேர் கொண்ட படை இன்னும் பர்த்டே பாய் வரவில்லை என வெறித்தனமாய் காத்திருந்தது (சற்று தாமதமாக அந்த பர்த்டே பாய் வந்தாலும், வடை ஆறிவிடும் என்பதால் அந்த வெறித்தனம்) - ஐந்தாறு மாணவிகள் கூடி நின்று யாருடைய ஹேர் கிளிப் கவர்ச்சியாக இருக்கிறது என தங்களுக்குள் போட்டியாக பேசிக்கொண்டிருந்தார்கள், இல்லை வாக்குவாதம்

செய்துகொண்டிருந்தார்கள் - சாப்பிடும் நாற்காலி யாருக்கு என ஒரு நான்காம் ஆண்டு மாணவனுக்கும் இரண்டாம் ஆண்டு மாணவனுக்கும் வாக்குவாதம் நடந்து கொண்டிருந்தது, இன்னும் சில நொடிகளில் அது கைகலப்பாக மாறி அது பின் நான்காம் ஆண்டுக்கும், இரண்டாம் ஆண்டுக்கும் ஆரம்பிக்கவிருக்கும் யுத்தத்திற்கு ஒரு பிள்ளையார் சுழி போடும் கனத்தை நெருங்கிக்கொண்டிருந்தது - முதலாம் ஆண்டு மாணவர்கள் ரஜினியா கமலா? விஜய்யா அஜித்தா? என சின்னதாய் ஓட்டெடுப்பு நடத்திக்கொண்டிருந்தார்கள்...

இத்தனைக்கும் நடுவில், கவினும் சுவாதியும்...அடுத்த மழை துளி அவர்கள் மீது விழுந்தது. மண்ணை தொடாமல் போனாலும், ஒரு காதலை துளிர்விட வைத்தது அந்த துளிகள்.

அடுத்த சில நொடிகள் அவர்களின் உடல், இதுவரை உணர்ந்திட ஒன்றை எதிர்கொண்டது. மழை மண்ணில் ஈரத்தை மட்டுமல்ல, இதயத்தில் காதலையும் தரும் என இந்த இருவருக்கு மாத்திரம் தெரிந்திருந்தது.

அடுத்த சில நாட்கள், கவினும் சுவாதியும் புன்னகையையும், பார்வையையும் பரிமாறிக்கொண்டு இருந்தார்கள். இத்தனை நாள் தான் போடும் சட்டை யாருடையது, என்ன நிறம் என கூட யோசிக்காத கவின், முதல் முறை சட்டை கசங்கி உள்ளதா, நிறம் பேண்ட்டுடன் ஒத்துபோகிறதா என பார்த்து போட ஆரம்பித்தான்.

அடிக்கடி கணினிப்பிரிவு உள்ள வகுப்பறைகளை சுற்றி சுற்றி வந்தான். இது வாடிக்கையாகவும் போனது. தீபன், மணி, மகேந்திரன், கவின் என இருந்த நால்வர் படை, அடிக்கடி மூவர் அணியாக காணப்பட்டது. இதை மெதுவாக மற்ற மூவரும் உணர ஆரம்பித்தனர்.

இது போல், ஒரு நாள் சுவாதியும் அவள் வகுப்பில் இருக்கும் மற்ற மாணவிகளும் கணினி ஆய்வகத்தில் பாடத்தை முடித்துவிட்டு வெளியே வந்தார்கள். தனது பின்தொடரும் படலத்தை துவங்கினான் தீபன். அவன் இருபது அடி சென்ற பிறகு, அவன் தொழில் வேகமாய் ஒரு கை விழுந்து

அவனை பிடித்து இழுத்தது. கோபத்துடன் கையை ஓங்கியபடி திரும்பிய கவினுக்கு, அதிர்ச்சி! அது மணி.

"டேய் எங்கடா போர?" என கேட்டான் மணி.

"மச்சி லேப் டா..." என திருதிருவென முழித்தபடி சொன்னான் கவின்

"லேபா... மூதேவி, அது லேடீஸ் டாய்லெட்.!!" என எச்சரித்தான் கவின்

விழித்துக்கொண்டு... இரண்டு அடி பின் வைத்தான் கவின்

தொடர்ந்து அர்ச்சனை விழுந்தது கவினுக்கு, "எதுக்கு இங்க சுத்துர... லூசா நீ... அறிவிருக்கா உனக்கு..." என ஏகப்பட்ட கேள்வியும் கெட்ட வார்த்தையும் வந்தது மணியிடமிருந்து.

இரண்டு நிமிடங்களுக்கு பின்னும் அர்ச்சனை நிற்காமல் தொடர்ந்தது. அமைதியாய் மட்டுமே நின்று கொண்டிருந்தான் கவின். அப்போது மீண்டும் அவன் தொழில் ஒரு கை வேகமாய் விழுந்தது 'இப்போ யாரு? தீபனா, மகேந்திரனா?' என நினைத்து கொண்டே திரும்பினான் கவின். மீண்டும் பேரதிர்ச்சி! அது சுவாதி

அவள் மணியை பார்த்து கேட்டாள் "ஏ என்ன ஓவரா அவனை திட்டிகிட்டு இருக்க?"

மணி சூடானான் "யாரு நீ. என் பிரென்ட், நான் திட்டுவேன். உன் அலுவல மட்டும் பாரு" என காட்டமாய் சொன்னான்.

"உன் பிரென்ட்னா?... அதை கிளாஸ்ல வெச்சுக்கோ. என் முன்னாடி எல்லாம் திட்ட கூடாது" என கண்டிப்புடன் சொன்னாள் சுவாதி

"என்னது உன் முன்னாடி... டேய் யாருடா இது" என தீபனை பார்த்து கேட்டான் மணி

"அது மச்சி. வந்து மச்சி..."என தடுமாற்றத்துடன் எச்சிலை விழுங்கி விழுங்கி உளர ஆரம்பித்தான் கவின்

"ஏய். அவன் என் பின்னாடி தான் வந்தான். ஒரு வாரமாவே என் பின்னாடி தான் சுத்துரான்" என பதில் வந்தது சுவாதியடமிருந்து.

"என்னடா உன்ன கேட்டா, அவ பதில் சொல்லுரா... அவ பின்னாடி நீ சுத்துறேன்னு வேற சொல்லுரா?!!" என குழப்பமாய் கேட்டான் மணி. கவினோ 'அடி பாவி, அப்போ இத்தனை நாள் உன் பின்னாடி நான் வர்றேன்னு தெரிஞ்சே அலையவிட்டுருக்க...' என புரிந்து கொண்டான், ஆனால் அந்த நொடி பேய் முழி முழித்துக்கொண்டிருந்தான்.

"ஏய். அவ, கிவ சொன்னே மரியாதை கேட்டுடும். சுவாதின்னு சொல்லு" மிரட்டும் தொனியில் சொன்னாள் சுவாதி

"ஏய்.. நாங்க மெக் டிபார்ட்மென்ட்...தெரியுமா?" என கெத்தாய் சொன்னான் மணி

"நீ மெக் டிபார்ட்மெண்டா, இல்ல மக்கு டிபார்ட்மெண்டான்னு எனக்கு கவலை இல்லை. மரியாதை குடுத்தா மரியாதை கிடைக்கும். சொல்லு கவின்" என நறுக்கென மூக்கை உடைத்து விட்டாள் சுவாதி.

"டேய், அவ நம்ம டிபார்ட்மெண்டையே அசிங்கப்படுத்துரா! உனக்கு ஆர்டர் போடுரா!! பஞ்ச் டயலாக் பேசுற எனக்கே பஞ்சர் போடுரா!!! என்னடா நடக்குது இங்க, தயவு செய்து சொல்லுடா" என மணி கேக்க.

"அவன் என்னை லவ் பண்ணுறான், போதுமா?" என சொன்னாள் சுவாதி.

உடனே கவினை பார்த்தான் மணி, கவினோ சுவாதியை வைத்த கண் வாங்காமல் பார்த்து கொண்டிருந்தான்

மணி "டேய்.." என சத்தமிட, சுயநினைவுக்கு வந்தான் கவின். மணியை பார்த்தான் தலையை தொங்கப்போட்டான்.

"என்னடா பம்புர?! லவ் பண்ணுறியாடா? சொல்லுடா??...டேய் எனக்கு கிறு கிறுன்னு வருது டா. சொல்லித்தொலை டா" மணி ஏதொன்றும் புரியாமல் வினவினான்

"மணி நான் தான் சொல்லுறேன்ல. நாங்க லவ் பண்ணுறோம்"

சட்டென அவள் கண்களை பார்த்தான் கவின். பேரானந்த்தையும், பேரதிர்ச்சியையும் சீரான அளவில் மிக்சியில் போட்டு அரைத்து குடித்த உணர்வு அவனுக்குள் ஏற்பட்டது. 'மற்றவர் ஊறுகாயாய் நான் மாற இது ஒன்-சைடு அல்ல! அதையும் தாண்டி உறுதியானது...உறுதியானது...'என கூடவே மனவோட்டமும்.

"என் பேரு கூட உனக்கு தெரியுமா?!!! சுவாதிமா... போதும்மா. இன்னைக்கு இது போதும், எதுவானாலும் மீதியை நாளைக்கு சொல்லு" என சொல்லி "மச்சி என்னை கைய புடிச்சு ஹாஸ்டலுக்கு கூட்டிட்டு போடா. தலை மட்டும் இல்ல! தரையும் சேர்ந்து சுத்துர மாதிரி இருக்கு" என சொன்னான் மணி

"கவின், உனக்கு கவிதை மட்டும் தான் நல்லா வருது, கூட சேருறது எல்லாம் சரியாவரல. நாளைக்கு காலேஜ் முடிஞ்சு காண்டீன் வந்துடு

பார்க்கலாம்" என சொல்லி திரும்பினாள் சுவாதி.

கவின், காதல் கிறுக்கு தலைக்கேற, தோள்பக்கம் சாய்த்தான் தலையை. அங்கே வேறுஒரு தலை கிடந்தது. அது மணியுடையது! அவனுக்கும் தலை சுற்றுகிறதல்லவா!

ஹாஸ்டல் ரூமுக்கு சென்றதும், நடந்ததை சொல்லிவிட்டு மெத்தையில் படுதேவிட்டான் மணி, "டேய் எனக்கு ஜுரம் வர்ற மாதிரி இருக்கு. நாளைக்கு நான் லீவுடா" என சொன்னான் படுத்தவாறே.

"மச்சி, அவன் சொல்லுறது எல்லாம் உண்மையா" என தீபன் கேட்டான்

"அட லூசு பையலே. நான் ஏண்டா பொய் சொல்ல போறேன்!" முனங்கியவாறே படுத்திருந்தான் மணி "கவின், நீ எப்படா கவிதையெல்லாம் எழுத ஆரம்பிச்ச..." முனங்கல் தொடர்ந்தது.

"மணி சும்மா இருடா, கவின் பேசட்டும்" என்றான் மகேந்திரன்

"அவன் எங்கட பேசுறான்! அவ தான் புல்லா பேசுறா...சாரி, அவங்க தான் புல்லா பேசுறாங்க.

ஆனா, நம்ம பையன் நல்லா பேசுற பொன்னாத்தான் புடிச்சிருக்கான். என் பெயரை காப்பாத்திட்டான்... சந்தோசம்டா" என மீண்டும் முனங்கினான் மணி

"டேய் மூடிட்டு தூங்குடா" என மகேந்திரன் கத்த...

"மச்சி இப்போ நான் அவன சைலன்ட் ஆக்குறேன்" என சொல்லி, "நாளைக்கு அவளை மீட் பண்ண போறேன். நீயும் வரியாடா மணி" என கவின் கேட்டதும் போதும், குறட்டை சத்தம் வந்தது....

நடந்ததை விரிவாக சொன்னான் கவின். இப்போதுதான் அவள் தன்னை காதலிக்கிறாள் என தனக்கே தெரியும் என்பதுவரை அனைத்தையும் சொன்னான் கவின்.

மகேந்திரன் சொன்னான் "மச்சி. அந்த பொண்ண நீ பாலோ பண்ணல. உனக்கு தெரியாம அவ உன்ன பாலோ பண்ணி இருக்கா! மணி பெயரை தெரியும்னா, நிச்சயமா அவளுக்கு என்னையும் தீபனையும் தெரிஞ்சிருக்கும்"

"ஆரெக்ட் மகேந்திரா. சரி, நீ அந்த பொண்ண லவ் பண்ணுறியா?" என கேட்டான் தீபன்.

"எனக்கு அவளை ரொம்ப புடிச்சிருக்கு. லவ்வா என்னனு சொல்ல தெரியல" என்றான் கவின்

"செருப்பு பிஞ்சிடும்...!! மச்சி அவன் அவளை லவ் பண்ணுறாண்டா. இவன் அந்த மாதிரி எந்த பொன்னையும் பார்த்ததில்லை" என மீண்டும் சத்தம் வந்தது மெத்தையிலிருந்து சிரித்தார்கள் மகேந்திரனும், தீபனும்... கூடவே கவினும். இதை கேட்டதும் முனங்களிலும் சிரிப்பு மணிக்கு.

அடுத்த நாள் நால்வரும் எல்லா வகுப்பும் முடியும்வரை காத்திருந்து, பின் ஒன்றாக கான்டீன் சென்றார்கள்.

நால்வர் படை வருவதை கவனித்தாள் சுவாதி. அவர்கள் பக்கம் வந்ததும், "நீ தனியா வர மாட்டியா? உனக்கு இவங்க பாடி கார்டா?" என கேட்டாள் சுவாதி

"அப்படியெல்லாம் இல்ல..." என மெதுவாய் சொன்னான் கவின்.

"என்ன மகேந்திரன், தீபன், நீங்க அவன் கூடவே இருக்கணுமா என்ன?" என கேட்டாள் சுவாதி

"ஏன் என்னை கேட்கல?"என நடுவில் மணி கேட்க

"நீ இருந்தாலும் ஒன்னு தான்...இல்லைனாலும் ஒன்னுதான்" என்று பட்டென பதில் சொன்னாள்

"மச்சி நான் செம கோபத்துல இருக்கேன்... போய் ஒரு காபி குடிச்சிட்டு வர்றேன்!!" என நகர்ந்தான் மணி. கவினும், மகேந்திரனும், தீபனும்... ஏன் சுவாதியும் கூட சிரித்துவிட்டாள்.

அவள் சிரிப்பதை குழந்தை முதல் முறை நிலவை பார்பதைபோல் ரசித்தான் கவின்.

"சோ, எங்களை பத்தி நல்லா ஸ்டடி பண்ணி வச்சிருக்க சுவாதி! எங்களுக்கு உன் பேர தவிர ஒன்னும் தெரியாது. பட், உன் தைரியம், உனக்கு பெரிய ப்ளஸ். இனிமே அது கவினுக்கும் ப்ளஸ் தான். உங்க ரெண்டுபேருக்கும் என் வாழ்த்துக்கள்" என சொல்லி "மச்சி வாடா போகலாம். அவங்க பேசட்டும்" சொன்னான் தீபன்.

"மச்சி, சுவாதி வாழ்த்துக்கள். கவின், ரூம் சாவி குடுடா, நாங்க கிளம்புறோம்"

கவின் சாவியை சட்டை பையில் தேடிக்கொண்டிருந்தான், அப்போது ஒரு கொசு சுவாதியை சுத்தி வரவே, "ஒரே கொசு தொல்லை!!" என்றாள்.

அப்போது மணி திரும்பி வந்து கொண்டிருந்தான், உடனே அவன் மகேந்திரனை நோக்கி சொன்னது, "மடப்பைய மச்சி! அவ...ம்ம்...அவங்க உன்னைத்தான் சொல்லுறாங்க", தொடர்ந்து கவினை பார்த்து "மச்சி... நீ மெக்கானிக்கல் டா, சும்மா கெத்தா நிமிர்ந்து நில்லுடா"என சொல்லி சாவியை டக்கென வாங்கி மகேந்திரனுடன் சென்றான்.

"மணி முன்னாடி இருந்தே இப்படித்தானா, இல்ல மெக்கானிக்கல் சேர்ந்ததுக்கப்புறம் இப்படி ஆகிட்டானா?" என நக்கலாய் கேட்டாள் சுவாதி

கவின் கேட்டான் "நாம நெஜமாவே லவ் பண்றோம் தான" என்றான்

"ஆமா. நீ என்ன எனக்கு மாமா பையனா? உன்கூட விளையாடுறதுக்கு" புருவத்தை சுருக்கியபடி சுவாதி சொல்ல

"ம்ம்.. சரிதான். ஆனா, இனிமே உங்க அப்பா எனக்கு மாமா தான" என்றான் கவின்.

சின்னதாய் வெட்க புன்னகை இருவரிடமும்.

"நான் பசங்க கூட பழகி இருக்கேன், நீ ரொம்ப உண்மையா நடந்துக்குற..." என்றாள் சுவாதி

"ஒஹ்ற தேங்க்யூ, ஆனா நான் பொண்ணுங்க கூட பழகுன்தில்லை!" பதில் தந்தான் கவின்.

"தெரியும். நீ படிச்சதெல்லாம் உங்க ஊர்ல இருக்குற பாய்ஸ் ஸ்கூல்ல தான். பொண்ணுங்க கிட்ட பேசுனது கூட கிடையாது. ஸ்கூல்ல நீ நல்லா தான் படிச்ச, பட் காலேஜ் வந்ததுக்கப்புறம் ரொம்ப ஆட்டம்! மெக்கானிக்கல் டிபார்ட்மென்ட்ல!!" என சின்ன கதையே சொல்லிவிட்டாள் சுவாதி.

"சுவாதி உனக்கு எப்படி இதெல்லாம் தெரியும்?" என்றான் கவின்

"மறுபடியும் கேளு?" என்றாள் சுவாதி

"உனக்கு எப்படி இதெல்லாம் தெரியும்?" கேட்டான் கவின்

"என் பேர சொல்லி கேளு!" என அழுத்தி சொன்னாள் சுவாதி

கவின் அவள் பெயரை முதல் முறை சத்தமாக உச்சரித்திருந்ததை உணர்ந்தான்.

"சுவாதி எப்படியும் என் பேமிலி பத்தியும் உனக்கு தெரிஞ்சிருக்கும். சோ, உன்ன பத்தி சொல்லு. உனக்கு என்னை புடிச்சிருக்கு அப்டிங்கிறத தவிர வேற எதுவுமே தெரியாது எனக்கு!" என ஆர்வத்துடன் சொன்னான் கவின், சுவாதியை பற்றி தெரிந்து கொள்ள...

உன்னோட முதல் கேள்விக்கு பதில். உங்க ஊரு பொண்ணு என் கிளாஸ் தான். அவ கிட்ட உன் பேமிலி பத்தி கேட்டேன். அவ அவங்க பாட்டி கிட்ட கேட்டு சொன்னா. உண்ணப்பத்தி மட்டுமில்ல, அவங்க பாட்டி உங்க தெருவுல இருக்கும் எல்லோரா பத்தியும் தெரிஞ்சுவெச்சிருக்காங்க. ரொம்ப டேஞ்சர். அப்புறம், உன்னையும் உன் பிரிஎண்ட்ஸ் பத்தியும் உங்க ஊரு பொண்ணு நிறைய, நல்லதா சொன்னா! பாட்டிக்கு ஏத்த பேத்தி" என்றாள்.

பின், தொடர்ந்து அவள் ஊரென்ன, அவளது குடும்பம் பற்றி, கண்டிப்பான தந்தை பற்றியும் சொன்னாள். தான் ஒரு பெரிய மென்பொருள் நிறுவனத்தில் வேலைசெய்து பின் தானும் ஒரு மென்பொருள் நிறுவனம் ஆரம்பிக்க வேண்டும் என்கிற லட்சியத்தையும் சொன்னாள்.

"சூப்பர் சுவாதி. எனக்கு பெரிய லட்சியம் எல்லாம் இல்ல. பட் நீ என் லைப் பூரா இருந்தா அது போதும்" என்றான் கவின்.

"அட பாவி, நான் உண்மைய சொல்லுறேனா போய் சொல்லுறேனா கூட தெரியாது. ஆனா,

லைப் புல்லா என் கூட இருக்கணும்னு சொல்லுற?!" என சுவாதி கேட்க

அங்கே பறந்து கொண்டிருந்த தட்டானை பார்த்து சொன்னான் கவின் "மேபிலை அப்படினு ஒரு தட்டான் இருக்கு. அது ஒரு நாள் தான் வாழும், ஆனா அமெரிக்கா வரைக்கும் பறந்து போர மாதிரி வேகமா ரெக்கை அடிச்சிட்டே இருக்கும். அது மாதிரி தான் நானும், நாளைக்கு நீ என்ன பார்க்க வருவியான்னு கூட தெரியாது ஆனா நான் உன்னை தேடுவேன்" என்றான் கவின்.

"ம்ம்ம்... நீ படிக்கலைனா கூட நிறைய விஷயம் தெரிஞ்சு வெச்சிருக்க!" என்றாள் சுவாதி

"நீ ரொம்ப தைரியமான பொண்ணா இருக்க" என்றான் கவின்

"நான் எங்க அப்பா மாதிரி. விட்டா சண்டை கூட போடுவேன்" என்றாள் சுவாதி

"நீ என் கூட சண்டை போட்டாலும் புடிக்கும்" என்றான் கவின் சிரித்துக்கொண்டே

அவர்கள் கிட்ட தட்ட ஒரு மணி நேரம் பேசினார்கள், ஆனால் அவர்களுக்கோ அது சில நிமிடம் போல் தான் தோன்றியது.

சுவாதி "ஐயோ, மணி ஆறேகால் ஆச்சு நான் ஹாஸ்டெல் போகணும்" என சொல்லி தன் புத்தகத்தை வேகமாய் கையில் எடுத்தாள்

கவின் சொன்னான் "ஜன்ஸ்ட்டின் சொன்ன தியரி ஆப் ரிலேட்டிவிட்டி ரொம்ப சரி", என சிரித்தவாறு

"ஓகே ஜீனியஸ் நாளைக்கு பார்க்கலாம்" என நகர்ந்தாள் சுவாதி

"ஹே சுவாதி சொல்லிட்டு போ" என்றான் கவின், அவள் வழியை மறைத்து

"என்ன சொல்லணும்?" என அவள் கேட்க

"ஐ லவ் யு... அது தான் சொல்லணும்" என்றான் கவின்

கவினை கண்ணோடு கண் பார்த்து சொன்னாள் "ஐ லவ் யு கவின்", சுவாதி. அப்போது அவள் முகம் சிவந்திருந்தது.

அவள் வேகமாய் நகரும்போது, "எப்போ பாக்கலாம்?" என கவின் சொல்ல

"எப்போ வேணும்னாலும் பார்க்கலாம்!" என சொல்லி அவர்கள் அமர்திருந்த இடத்தை நோக்கி கை காட்டினாள் சுவாதி

அங்கே ஒரு சீட்டு இருந்தது. எடுத்து பிரித்தான் கவின் '99Xxxxx64 - என் பிரென்ட் நம்பர். டெக்ஸ்ட் பண்ணு" என எழுதியிருந்தது.

கவின் தனக்குள் சொல்லிக்கொண்டான், "இது என்னடா சோதனை!", அவன் சோதனை என சொல்ல காரணம் உண்டு.

2002 வாக்கில், செல் போன்கள் அவ்வளவு பிரபலம் கிடையாது, தொடு திரை கிடையாது, அதில் பாட்டு வராது, படம் பார்க்க முடியாது, இன்டர்நெட் இருக்காது, திரையின் அளவு ஒரு இன்ச் மட்டுமே இருக்கும், மொத்தத்தில் அந்த செல் போனில் பேசவும், மெசேஜ் பண்ணவும் மட்டுமே முடியும்.

அதுவும் நூறு பேரில் ஒருவரிடம் மட்டுமே போன் இருக்கும், ஏனெனில் மாத சம்பளமே 5000 தான் இருக்கும்! எப்படி 3000 ரூபாய் மதிப்புள்ள போனை வாங்கமுடியும்? அந்த காலகட்டத்தில் இ எம் ஐ வசதியும் கிடையாது, கிரெடிட் கார்டுகள், டெபிட் கார்டுகள் என்னவென்றே பலருக்கு தெரியாது!

சூழ்நிலை இப்படி இருக்கும் போது, கவினிடம் போன் இல்லை என்பது ரொம்ப எதார்த்தமான விஷயம்தானே!

வேகமாய் ஹாஸ்டல் சென்றான் கவின், மணி தீபன் மகேந்திரனிடம் கேட்டான் "மச்சி, நம்ம பிளாக்ல யாருகிட்டடா செல் போன் இருக்கு?"

"ஒஹ ஓ... அப்போ சுவாதிக்கிட்ட போன்
இருக்கு!" என சொன்னான் மணி
"இல்லடா, அவ பிரென்ட் கிட்ட இருக்கு.
அடுத்து எப்போ பார்க்கலாம்னு டெக்ஸ்ட்
பண்ண சொல்லி இருக்கா" என முடித்தான்
தீபன் சொன்னான் "டேய், நம்ம பக்கத்துக்கு
ரூம்ல ட்ரிபிள் இ பையன் வச்சிருக்கான் டா,
ஆனா நம்ம டிபார்ட்மெண்டுக்கும்
அவனுகளுக்கும் ஆகாது!!"
"மச்சி. அவன் குடுப்பான்!" என்றான் மகேந்திரன்
"எப்படிடா" என மூவரும் ஆச்சர்யமாய் கேட்க
"அவனுக டிபார்ட்மென்ட் பையன ஒரு சி எஸ்
சி பொண்ணு ரிஜெக்ட் பண்ணிட்டா. சி எஸ் சி
பசங்க இவனுகள ரொம்ப கிண்டல்
பண்ணிட்டானுக. இப்போ, நம்ம பையன்
கரெக்ட் பண்ணிட்டானு தெரிஞ்சா ட்ரிபிள் இ
பசங்க திருப்பி கலாய்க்க வசதியா இருக்கும்.
இதுதான் லாஜிக்" என முடித்தான் மகேந்திரன்.
"எனக்கு இது சரியாவரும்னு தோணுது"
என்றான் மணி.
அடுத்து நிமிடமே அவர்கள் நால்வரும்
பக்கத்துக்கு ரூமில், போன் வைத்திருந்த
மாணவனிடம் கவினுக்கு காலை மாலை ஒரே

ஒரு டெக்ஸ்ட் மெசேஜ் மட்டும் செய்ய போன் தேவை என கேட்டார்கள்.

"எந்த டிபார்ட்மென்ட் பொண்ணு" என அந்த ட்ரிபிள் இ பையன், முகத்தை உர்ர் என வைத்தவாறே கேட்டான் (இரு டிபார்ட்மென்ட் நடுவில் உள்ள சண்டையை மனதில் வைத்து).

"சி எஸ் சி" என பதில் வந்ததும் போதும் உடனே "யூஸ் பண்ணிக்கோ டா" என சிரித்துக்கொண்டே சம்மதித்து விட்டான்.

மகேந்திரனின் லாஜிக் மாஜிக் போல் வேலை செய்தது.

"ஆனால் ஒரு கண்டிஷன்" என தொடர்ந்தான் அந்த ட்ரிபிள் இ பையன், "என்கிட்ட போன் இருக்க விஷயம் தெரிய கூடாது. நான் கவினுக்கு போன் யூஸ் பண்ண விடுறேன்னு யாருக்கும் தெரிய கூடாது"

அவன் அப்படி சொல்ல காரணம் இரண்டு உண்டு;

ஒன்று - பொதுவாய் காலேஜில் செல் போன் பயன்படுத்த கூடாது என்ற ஒரு விதி இருந்தது, மீறி பயன்டுத்தி மாட்டினால் செல் போனை பறிமுதல் செய்து விடுவார்கள்! நாலு ஆண்டுகள் முடித்த பின்னரே திருப்பி

தருவார்கள். இப்படித்தான் விதி இருந்தது 2002 காலகட்டத்தில்

இரண்டு - போன் இவனிடம் இருக்கிறது, அதை மற்றவர் பயன்படுத்த அனுமதிக்கிறான் என தெரிந்தால், கூட்டம் கூடிவிடும், குட்டு உடைந்து விடும் (அவனிடம் போன் இருப்பது தெரிந்துவிடும்)

எப்படியோ கவினுக்கு ஒரு போன் கிடைத்து விட்டது... இனி கவின் சுவாதிக்கு செய்தி அனுப்புவதில் எந்த பிரச்னையும் இருக்காது...

அந்த இரவே கவின் செய்தி அனுப்ப ஆரம்பித்தான். ஒவ்வொரு நாளும் காலை ஒரு குறுஞ்செய்தி, இரவு ஒரு குறுஞ்செய்தி மொத்தமாய் இரண்டு செய்தி அனுப்ப மட்டுமே அனுமதிப்பான் அந்த ட்ரிபிள் இ பையன். இன்று தான் குறுஞ்செய்தி இலவசம், அன்றளவில் ஒவ்வொரு குறுஞ்செய்திக்கும் பணம் பிடிப்பார்கள் அனைத்து மொபைல் சேவை தந்த கம்பெனிகளும். பெரும் பணம், மிகப்பெரும்பணம் சம்பாதித்துவிட்டு இதை சேவை என்று வேறு சொல்லிக்கொண்டார்கள்!!

இந்த குறுஞ்செய்தி வைத்து கவின் சுவாதியும் சந்திக்கும் இடத்தையும் நேரத்தையும் பகிர்ந்து கொண்டார்கள். இப்படியாக தினம் தினம் இருவரும் சந்திக்க ஆரம்பித்தார்கள்.

இதன் பிறகு கவின் அவனது நண்பர்களுடன் இருக்கும் நேரம் குறைந்தது... வகுப்பிலும், விடுதியிலும் மட்டுமே கவின் மற்ற மூவருடன் நேரம் செலவழித்தான். மற்ற படி சுவாதியை சந்திப்பது மட்டுமே அவன் மூளைக்குள் முழு நேமரமாக ஓடிக்கொண்டிருந்தது.

ஒரு நாள் சுவாதிக்கு அதிக தலைவலி, அதனால் காலேஜுக்கு வரமாட்டாள் என்ற செய்தியை கவினுக்கு அனுப்பியிருந்தாள். அந்த மாலை நேரம் கவின், மற்ற மூவருடனும் செலவிட ஆசைப்பட்டான்.

வகுப்பு முடிந்ததும் தீபனிடம் "மச்சி, இன்னிக்கு சுவாதி லீவு அதனால மீட் பண்ண போகல. நம்ம நாலுபேரும் எங்கயாவது வெளிய போலாமா? நம்ம ஒண்ணா போய் ரொம்ப நாள் ஆச்சு இல்ல?" என கேட்டான் கவின்.

"இன்னிக்கா?" யோசித்தான் தீபன்

"என்னடா யோசிக்கிற" என கவின் சொல்ல,
"இன்னிக்கு சிலம்பம் ப்ராக்டிஸ் இருக்கு தீபா..."
என குரல் வந்தது மணியிடமிருந்து
"என்னது சிலம்பமா?! என்கிட்ட
சொல்லவேயில்லை!!" என திகைத்தான்
கவின்.

" ஆமா நீ எல்லாத்தையும் எங்க கிட்ட சொல்லி
கிழிச்சுட்ட... மச்சி நீ எப்போ தாறுமாறா
காதலிக்க ஆரம்பிச்சியோ, அப்பவே நாங்க
தற்காப்பு கலைய கத்துக்க ஆரம்பிச்சிட்டோம்"
என கிண்டலாய் சொன்னான் மணி.

"டேய் கவின். நீ இல்லாம நாங்க எங்கயும்
போக விரும்பல. அதனால்தான் ஒரு
செஞ்சுக்கு மியூசிக் இல்ல மார்சியல் ஆர்ட்ஸ்
போலாம்னு நினைச்சோம். ரெண்டு கிராமம்
தள்ளி சிலம்பம் சொல்லி தராங்கன்னு
கேள்விப்பட்டோம். போய் சேர்ந்துட்டோம்" என
மகேந்திரன் சொன்னான்.
"அதெல்லாம் கிடையாது. ஒருவேளை சுவாதி
சைடுல இருந்து உங்க லவ்வுக்கு ப்ராப்ளேம்
வந்து. ஏதாவது சினிமா மாதிரி ஒரு ரவுடி தாய்
மாமன்காரன் வந்தா? உனக்கென்ன நீ
கல்யாணம் பண்ணிட்டு குன்னூர், ஊட்டினு

கிளம்பிடுவ. கூட நின்னு கல்யாணம் பண்ணிவெச்ச எங்கள தான் தெரத்தி தெரத்தி அடிப்பானுக...அதுக்கு தான். லவ்வுங்குற மாய வலைல இருந்து உன்னைத்தான் காப்பாத்த முடியல, உன் லவ்வரோட மாமன் கிட்ட இருந்து எங்களையாவது நாங்க காப்பாத்திக்கிறோம்!!" என பஞ்ச் சொல்லி முடித்தான் மணி.

"டேய் மணி, சும்மா இருடா... அவனை பயமுறுத்தாத. கவின், நீயும் வாடா எப்படி கத்துக்குறோம்னு பாரு" என கவின் தோளில் காய் வைத்து இழுத்தான் தீபன்.
வகுப்புகள் முடிந்ததும், இரண்டு RX 100 பைக்குகள், நால்வரும் அன்று மாலை சிலம்பம் சொல்லித்தரப்படும் மைதானம் சென்றார்கள். கவின் வெறும் பார்வையாளனாக சென்றான்.

கவினும் மணியும் ஒரு பைக்கில் சென்றனர், போகும் வழியில் சிலம்பம் பற்றி ஏதேதோ எக்கச்சக்கமாய் பேசிக்கொண்டு வந்தான் மணி. கவினுக்கு சிலம்பத்தில் இவ்வளவு விஷயம் உள்ளதா என ஆச்சர்யம் ஏற்பட்டது.

மைதானத்தை அடைந்தனர் நால்வரும், கவின் ஒரு இடத்தில போய் அமர்ந்தான். மற்ற மூவரும் மைதானத்தினுள் சென்றனர். முதலில் அங்கே நின்று சிலம்பங்களை எடுத்து சரி பார்த்து கொண்டிருந்த நாற்பது வயது மிக்கவரிடம் மண்ணை தொட்டு வணங்கி மரியாதை செலுத்தினார்கள், பின் சில கரணங்களை பயிற்சி எடுக்க ஆரம்பித்தனர். மைதானத்திலிருந்த முப்பது பேரில், கிட்டத்தட்ட பத்து பேர் நாற்பது வயது போல் தெரிந்தனர், மற்றவர்கள் இருபதிலிருந்து இருபத்தைந்து வயதுடையவர்கள்.

சில மாதங்கள் முன் தான் 'ஆளவந்தான்' எனும் கமல் படம் வெளியாகியிருந்தது, அங்கிருந்தவர்களில் பாதிக்கு பாதி மொட்டை அடித்திருந்தனர். அவர்கள் மட்டுமில்லை தமிழ் நாட்டின் பல கிராமங்களில், ஏன் நகரங்களில் கூட மொட்டை அடித்து 'ஆளவந்தான்' என சொல்லிக்கொண்டு சுற்றிய நபர்களின் எண்ணிக்கை சில லட்சங்கள் இருக்கும்.

அந்த நாற்பது வயதுமிக்க பத்து பேரும், மற்ற இளைஞர்களை பார்த்து "என்னடா கரணம்

பண்ணுறீங்க. 'தாஸ்'ல ஒரு பங்கு கூட நீங்க இல்ல டா...", "என்ன இருந்தாலும் தாஸ் மாதிரி வராது டா" என யாரோ தாஸ் என்பவரோடு ஒப்பிட்டு பேசிக்கொண்டிருந்தனர். ஒரு மணிநேரத்தில் ஒரு முறையாவது தாஸ் என்ற பெயர் எங்காவது கேட்கும். தாங்கள் ஒப்பிடப்பட்டு திட்டுவாங்குவதாலேயே, அங்கிருந்த யாருக்கும் தாஸ் என்ற பெயரை கேட்டாலே பிடிக்காது. கவினின் காதுகளுக்கும் தாஸ் என்ற ஒலி கேட்கவே செய்தது.

இரண்டு மணிநேர பயிற்சியில், மூவரும் வெறும் பதினைந்து நிமிடங்கள் மட்டுமே சிலம்பம் சுற்றினார், மற்ற நேரம் உடற் பயிற்சிதான்.

மைதானத்தை விட்டு வெளியே வந்ததும் கவின் கேட்டான் "என்னடா, வெறும் பதினஞ்சு நிமிஷம் தான் சிலம்பம் சுத்தியிருக்கீங்க?" என கேட்டான்

மணி சொன்னான் "டேய், இதென்ன லவ் பண்ணுறது நெனைச்சியா. ரெண்டு மணிநேரம் தொடர்ந்து பண்ணுறதுக்கு. இது ஒரு கலைடா! நாங்க இப்போ தான் ஆரம்பிச்சிருக்கோம்.

நல்லா கம்பு சுத்த இன்னும் ஆறு மாசம் எடுக்கும்". கவின் அமைதியாகிவிட்டான்.

மகேந்திரன் தொடர்ந்தான் "எனக்கு அந்த 'தாஸ்' கூட கம்பேர் பண்ணுறது தான் டா எரிச்சலாய் இருக்கு", கவினின் தொடர் கேள்வி "யாரு மச்சி அந்த தாஸ்?"

தீபன் சொன்னான் "யாரோ ஓல்ட் ஸ்டுடென்ட், சிலம்பத்துல எக்ஸ்பர்ட் அப்படின்னு பேசிக்கிறாங்க. ஒரு நாள் இல்ல ஒரு நாள், நாம அந்த தாஸ் மீட் பண்ணி, சிலம்பம் ஆடி... இல்ல மோதி பாக்கணும்"

மாதங்கள் ஓடின, மூன்றாம் ஆண்டு முடிந்தது, மூன்றாம் பிறையாய் இருந்த காதல் முழு நிலவாய் மாறி இருந்தது, கவினுக்கும் சுவாதிக்கு நடுவில்.

மூவர் கூட்டணி சிலம்பத்தில் தேரவே செய்திருந்தனர். இறுதி ஆண்டில் கால் வைத்தனர், இந்த ஆண்டு எல்லா மாணவர்களுக்கும் ஒரு கலவையான உணர்வை ஏற்படுத்தும். சிலர் இன்னும் ஒரு வருடத்தில் நண்பர்களை விட்டு பிரிய வேண்டும் என யோசிப்பார்கள், சிலர் வேலை கிடைக்குமா, எப்போது கிடைக்கும் என்ற

என்ன ஓட்டத்தில் இருப்பார்கள், இன்னும் சிலர் தோல்வி அடைந்த பாடங்களில் எப்படியாவது தேர்ச்சி அடைந்து பட்டம் வாங்கிவிட வேண்டும் என முனைவார்கள், சிலர் கடந்த மூன்று ஆண்டுகளில் யாரெல்லாம் தங்களுக்கு பிரச்சனை கொடுத்தார்களோ அவர்களை எப்படி அடித்து நொறுக்குவது, அதற்கான சமயம் எப்போது வரும் என யோசிப்பார்கள்...

மாணவிகளோ, எப்படியேனும் ஒரு வேலை வாங்கிவிடவேண்டும் (இல்லையெனில் உடனடியாக கல்யாணம் செய்ய நேரிடும்) என சிந்திப்பார்கள், தோழிகளோடு முடிந்தவரை நேரம் செலவழிக்க முனைவார்கள்; கல்லூரி முடிந்தால் அவர்கள் மீண்டும் சிந்திப்பார்களா என்பதே கேள்விக்குறி தான்!, சில மாணவிகளுக்கு ஏற்கனவே மாப்பிள்ளை தேடும் படலம் துவங்கியிருக்கும் அதனால் தினமும் நல்ல மாப்பிள்ளை தனக்கு கிடைக்கவேண்டும் என கடவுளை கும்பிடுபவர்கள் உண்டு (அதிலும் சிலர் சிறப்பு வழிபாடு செய்வார்கள் - மாமியாரும், நார்த்தனாரும் இல்லாத மாப்பிள்ளை

வேண்டும் என!!!), தங்கள் வீட்டு தொலைபேசி என்னை பரிமாறிக்கொள்வார்கள் (செல் போன் யாரிடமும் கிடையாது), கூடவே வீட்டு முகவரியும். கதிடங்கள் அனுப்புவதற்காக. 2000 பின் பிறந்தவர்களுக்கு கடிதம் எழுதுவது வழக்கற்று போன ஒரு விஷயம். ஆனால் 90கள் வரை பிறந்தவர்களுக்கு, கடிதம் எழுதி அனுப்புவதும், கடிதம் கிடைக்க பெறுவதும் ஒருவிதமான ஆனந்தத்தை தரும். அதை 2000 பின் பிறந்தவர்கள் நிச்சயமாய் தவறவிடுகிறார்கள் என்றே சொல்லவேண்டும்.

தீபன், மணி, மகேந்திரன் மூவரும் எல்லா பாட தேர்வுகளிலும் வெற்றி பெற்று வேலைவாய்ப்பு நேர்காணலுக்கு தகுதி உடையவர்களாக இருந்தனர். தீபன் தன் பெயரை நேர்காணலுக்கு தகுதியானவர்கள் பட்டியலிலிருந்து நீக்க கடிதம் கொடுத்திருந்தான். தீபனுக்கு ஏற்கனவே குடும்ப வியாபாரங்களும், தொழில்களும் இருந்தன, அதனால் தெரிந்தே இன்னொருவர் வாய்ப்பை அவன் பறிக்க விரும்பவில்லை! மகேந்திரன் தொடர்ந்து மேல் படிப்பு படிக்க முடிவெடுத்திருந்தான், அதனால் அவனும் தன் பெயரை

நேர்காணலுக்கு தகுதியானவர்கள் பட்டியலிலிருந்து நீக்கிக்கொண்டான். கவினுக்கு இன்னும் ஐந்து பாடங்கள் அரியர்களாய் உள்ளன. அனால் எல்லோருக்கும் ஆச்சர்யம் என்னவென்றால், கவின் பத்திற்கும் மேல் அரியர் வைக்கவில்லை என்பதே!

சுவாதியும் கூட நேர்காணல்களுக்கு தயாராய் இருந்தாள். எப்படியேனும் ஒரு மென்பொருள் நிறுவனத்தில் வேலை வாங்கிவிடவேண்டும் என்ற உறுதியோடு இருந்தாள், காதல் திருமணமல்லவா நடக்கவிருக்கிறது....

கல்யாணக்கலவரம்

அமெரிக்காவுக்கு வரும்போது தான் மேற்கொண்ட விமானப்பயணத்தில் அதிக பட்சம் பயம் மட்டுமே இருந்தது சரஸ்வதிக்கு. ஒவ்வொருமுறையும், விமானம் சிறிது ஆடினாலும் அவர் வயிற்றில் புளி மட்டுமல்ல, இஞ்சியையும் பூண்டையும் சேர்த்தே கரைத்தாற்போல் இருந்தது. ஆனால், இந்த முறை உடன் பேச ஒரு துணை இருக்க, அதுவே பெரும் உறுதுணையாய் இருந்தது சரஸ்வதிக்கு.

விமானம் சிறிதாய் சலசலத்த போது, "இதென்ன பைலட் ஆட்டோ மாதிரி ஓட்டுறான்" என சாதாரணமாக கமெண்ட் அடித்தார் சரஸ்வதி.

"மாம் வுட் யு லைக் ஜூஸ் ஆர் சம்திங் டு ட்ரின்க்?" சரஸ்வதியிடம் விமானப்பணிப்பெண் கேட்டார்.

"ஒன் ஆரஞ்சு ஜூஸ்" என சொன்னார் சரஸ்வதி. ஆனால், ஒரு நல்ல காதல் கதை

கேட்கும் போது இந்த ஜூஸை தொந்தரவாகவே நினைத்தார்.

ஒரு நொடியில் குடித்துவிட்டு, சுவதியிடம் கேட்டார் "அப்புறம் என்னமா ஆச்சு? உங்களுக்கு வேலை கிடைச்சிதா? கல்யாணம் எப்படி நடந்தது? வீட்டுல ஒத்துக்கிட்டாங்களா?" சுவாதியின் கதை மீது சரஸ்வதிக்கு ஆர்வம் தொற்றி கொண்டது தெரிந்தது.

"சொல்லுறேன்மா...." தன் வாழ்க்கை கதையை தொடர்ந்தாள் சுவாதி, விமானத்தின் சலசலப்பு சற்று அதிகரித்தது

இதுதான் கல்யாணக்கதை; பொறியியல் கல்லூரியில் முதல் மூன்று ஆண்டுகளை விட, கடைசி ஆண்டு கிடு கிடுவென ஓடிவிடும்! அது சரி, இது பொறியியல் கல்லூரிக்கு மட்டுமல்ல எந்த கல்லூரியானாலும் பொருந்தும்... இந்த கதையில் வரும் கல்லூரி மட்டுமென்ன விதிவிலக்கா.?

நாட்கள் ஓட ஓட, இறுதி ஆண்டு புராஜெக்ட் காய்ச்சல் எல்லா மாணவர்களையும் தொற்றிக்கொண்டது. புராஜெக்ட் தேர்வு

செய்வது மாணவர்கள் கையில், ஆனால் புராஜெக்ட் பொறுப்பு வாத்தியார் (கைடு என சொல்வார்கள்), அமைவது அவனவன் செய்த வினையை பொறுத்தது. அப்படி பார்க்கையில் நால்வர் கூட்டணி தப்பித்தது என்றே சொல்லவேண்டும். இவர்களுக்கு அமைந்த அந்த வாத்தியார் மாணவர்களை பாடாய் படுத்துபவர் அல்ல. புராஜெக்ட் செய்யும் அந்த மாணவர் அணிக்கு என்னென்ன உதவி செய்ய முடியுமோ அத்தனையும் செய்யக்கூடியவர், நன்கு ஊக்குவிப்பவர். இதனால் நால்வர் கூட்டணிக்கு புராஜெக்ட் செய்து முடிப்பது வெகு சுலபமாய் இருந்தது. கவினின் நல்ல நேரம் காஸ் டைனமிக்ஸ் பாட வாத்தியாரிடம் மாட்டவில்லை, ஒரு வேளை புராஜெக்ட் பொறுப்பு வாத்தியாராக அவர் வந்திருந்தால்?? கடந்த மூன்று ஆண்டுகளில் கவின் செய்த குறும்புத்தனத்தை மனதில் வைத்துக்கொண்டு, கண்ணாமூழி திருகும் அளவுக்கு வேலை வாங்கி அவர்களை பிழிந்திருப்பார்! சோலி முடிந்திருக்கும்!

இது போக மென்பொருள் நிறுவனத்தில் வேலைக்கான நேர்காணலுக்கு

தயாராகவேண்டும். நேர்காணலுக்கு தகுதி பெறுவது எளிதான காரியம் அல்ல. முதலில் ஆப்டிடியூட் தேர்வு, அதாவது கணிதம் மற்றும் ஆங்கிலத்தில் திறமையை சோதிப்பார்கள். கணிதத்தில் நல்ல மதிப்பெண் எடுத்து ஆங்கிலத்தில் கோட்டைவிட்டாலோ, ஆங்கிலத்தில் நல்ல மதிப்பெண் எடுத்து கணிதத்தில் கவுந்துவிட்டாலோ வேலைக்காகாது. இரண்டிலும் நல்ல மதிப்பெண் எடுக்கவேண்டும். அதில் தேர்ச்சி பெற்றால் குழு விவாதத்தில் பங்கேற்கவேண்டும், அதில் பேச்சு திறமையை வெளிக்காட்ட வேண்டும், ஆங்கிலத்தில் பத்திலிருந்து இருபது பேர் வரை அந்த குழுவில் இருப்பார்கள், பத்தே நிமிடம் தான் அதற்குள் ஒரு முறையாவது தெளிவாக, எல்லோரும் ஏற்றுக்கொள்ளும்படியான / கவனம் பெறக்கூடிய / பாராட்டுதலுக்குரிய கருத்துருக்களை பேசிவிடவேண்டும். விவாதத்தில் தேர்ச்சி பெற்றால், அடுத்து தொழில்நுட்பத்துக்கான நேர்காணல். அதில் பொறியியல் படிப்பில் கோட்பாடுகளையும், கூறுகளையும் பற்றி கேள்விகள் கேட்கப்பட்டு மாணவர்கள் சோதிக்கப்படுவர். எல்லா

கேள்விகளுக்கும் சரியான பதில் சொல்லவில்லையென்றாலும் அடிப்படை கேள்விகளுக்காவது சரியான பதில் எதிர்பார்ப்பார்கள் நேர்காணல் செய்யும் கேள்வியாளர்கள். இதை தாண்டிவிட்டால், கடைசியாக மனித வளத்துறை நிபுணர்கள் ஒரு நேர்காணல் செய்வார்கள், அதில் மாணவரின் குணாதிசயங்கள் நிறுவனத்தின் கலாச்சாரத்திற்கு ஒத்துப்போகுமா அல்லது ஒவ்வாது போகுமா என சரி பார்த்து தேர்வு செய்வார்கள். மேற்கண்ட யாவையும் கணினி பிரிவு அல்லது கணினி சம்மந்தமாக பாட உட்பிரிவு கொண்ட பொறியியல் பிரிவில் படித்த மாணவர்களுக்கு மட்டுமே பொருந்தும். மெக்கானிக்கல் பிரிவு மாணவர்கள் மென்பொருள் நிறுவனத்தின் இந்த வேலை வாய்ப்பு முகாமில் கலந்து கொள்ள கூட அனுமதி இல்லை! அவர்கள் சுத்தமான மெக்கானிக்கல் நிறுவனம் ஏதேனும் வேலைவாய்ப்பு தேர்வு நடத்தினால் மட்டுமே பங்கேற்க முடியும்! கணினி பிரிவில் வெகு சுமாராக படித்தவர்கள் கூட பத்தாயிரம் சம்பளத்தில் வேலை வாங்கிவிட்ட செய்தி கேட்கும் போது, பிரியமாய் மெக்கானிக்கல்

தேர்வு செய்து அதில் நன்கு தேர்ச்சி பெற்றிருந்தும் நான்காயிரம் ரூபாய் சம்பளத்தில் கூட இன்னும் வேலை கிடைக்காமல் இருக்கும் மாணவர்களுக்கு வேதனையும், ஆதங்கமும் தான் மிச்சம்.

இந்த சூழ்நிலையில் தான் கம்பிரசர் தயாரிக்கும் மெக்கானிக்கல் கம்பெனி ஒன்று, ஐந்து என்ஜினீயர் மாணவர்களை தேர்வு செய்ய, இவர்கள் கல்லூரிக்கு வந்திருந்தது. சம்பளம் அய்யாயிரத்து ஐநூறு ரூபாய். அது நல்ல செய்தி தான், கூடவே ஒரு சோதனையும் வந்தது! இந்த கல்லூரி மெக்கானிக்கல் மாணவர்கள் மட்டுமல்ல இன்னும் வேறு மூன்று அல்லது நான்கு கல்லூரிகளில் இருந்தும் மெக்கானிக்கல் மாணவர்கள் தேர்வுக்கு வருவார்கள் என்பது தான் சோதனை. கிட்டத்தட்ட இரு நூற்றி ஐம்பது பேரில் ஐந்து பேரை மட்டும் தான் தேர்வு செய்வார்கள், போட்டி கடுமையாக இருக்கும்! இரு நூறு அல்ல, இரண்டாயிரம் பேர் வந்தாலும் சரி, அறிவு திறமையை வெளிப்படுத்தி, மணி எப்படியேனும் இந்த

வேலையை வாங்கிவிடவேண்டும் என்ற முனைப்போடு இருந்தான்.

தேர்வு நாள் வந்தது.

வழக்கம் போல் ஆப்டிடியூட் தேர்வுதான் ஆரம்பித்தார்கள். ஒரு கேள்வி, நான்கு பதில்கள் இருக்கும் அதில் சரியான பதிலை தேர்வு செய்யவேடனும். ஐம்பது கேள்விகள், ஒரு மணி நேரம், அணைத்து கேள்விகளுக்கும் பதில் எழுதியிருக்க வேண்டும். மணி இடைவிடாது இரண்டு நாள் தயாராகி இருந்தான், அதனால் கச்சிதமாக பதிலை தேர்வுசெய்தான். இந்த சுற்றில் இருநூற்று எழுபது பேரில் ஐம்பது பேர் மட்டுமே தேர்ந்தெடுக்கப்பட்டனர், அதில் மணியும் ஒருவன்.

அடுத்து குழு விவாதம், இங்கு தான் பிரச்சனையே! மணிக்கு பஞ்ச் வசனங்கள் அத்துப்படி ஆனால் ஆங்கிலத்தில் பேச வேண்டுமெனில் அலறவே செய்வான். ஆனால் அதற்கும் ஒரு வழியை கற்றுக்கொடுத்திருந்தான் மகேந்திரன். அது என்னவெனில், மொத்தம் பத்திலிருந்து பதினைந்து நிமிடங்கள் தான் விவாதம்

நடக்கும், கடைசி நிமிடம் வரை பேசாமல் இருந்து மற்றவர் பேசுவதை குறித்து கொண்டு கடைசி தொண்ணூறு வினாடிகள் வந்தவுடன் மற்றவர்கள் பேசிய குறிப்பை இறுதி விவாதசுருக்கும் என்ற பெயரில் மெதுவாக தொன்னூறு வினாடிகள் சொல்லிவிட்டு பங்கேற்றவர்களுக்கும், விவாதமே நடத்தும் நடுவர்களுக்கும் நன்றி சொல்லி முடிப்பதே, இப்படியாக தொன்னூறு வினாடிகள் பேசிவிடலாம் அதுமட்டுமல்லாமல் இறுதி சுருக்கத்திற்கு பின் யாரும் பேசமாட்டார்கள் மணியின் பேச்சு அனைவருக்கும் நியாபகமிருக்கும்! அந்த நன்றி சொல்லி முடிப்பதை எழுதிவைத்து மனப்பாடம் செய்து வைத்திருந்தான் மணி.

ஐம்பதிலிருந்து மொத்தம் பதினைந்து பேர் விவாதத்தின் மூலம் தேர்வு செய்யப்பட போவதாக கூறியிருந்தார்கள் தேர்வர்கள். விவாத அறைக்கு பத்து பத்து பேராக அழைக்க பட்டனர், மூன்றாவது பத்து பேரில் மணியும் ஒருவன். அனைவரும் இருக்கையில் அமர்ந்தனர், எல்லா மாணவர்களுக்கும் பதற்றம் இருக்கவே செய்தது. அதை கவனித்த

தேர்வர்களில் ஒருவர் " ஐ ஹவ் எ குவெஸ்ட்டின் பார் யு ஆல்" என்றார்

அத்துணை பேரும் காதுகளை தீட்டி கேட்டனர் "தி குவெஸ்ட்டின் இஸ், எப்போவேனா உதயமாகுற சன் ஒன்னு இருக்கு, வாட் சன் இஸ் தட்? யு ஹவ் தர்ட்டி செகண்ட்ஸ்" என்றார் அந்த தேர்வர்

மாணவர்களோ கண்ணை உருட்டி உருட்டி யோசிக்கிக்க ஆரம்பித்தனர் ஆனால் விடை ஏதும் கிட்ட வில்லை, முப்பது வினாடியும் முடிந்தது

தேர்வர் சொன்னார், "டைம்ஸ் அப், ஆன்செர் இஸ் 'டென்சன்', அது உங்க எல்லார் முகத்துலையும் தெரியுது. பி கூல்" என்றார் மாணவர்களின் முகத்தில் லேசான புன்னகை வந்தது.

முதலில் மாணவர்கள் ஒவ்வொருவராக தங்களை அறிமுகப்படுத்திக்கொள்ளவேண்டும், அதையும் மனப்பாடம் செய்து வைத்திருந்தான் அருமையாக ஒப்பித்து முடித்தான் மணி. எழுதி கொடுத்த மகேந்திரனுக்கு மனதிற்குள் நன்றி சொல்லிக்கொண்டான்.

அறிமுகங்கள் முடிந்தவுடன் தேர்வர் சொன்னார் "தி டாபிக் இஸ் 'கல்பனா சாவுலா' அண்ட் யு ஹவ் டென் மினிட்ஸ்" என்றார்.

மணிக்கோ ஜௌகி சாவுலா என்ற ஹிந்தி நடிகை நடித்த படங்கள் பற்றிதான் தெரியும், கல்பனா சாவுலா என்ற பெயரை பள்ளி நாட்களில் அமெரிக்க வானியலாளர் என்று படித்த ஞாபகம் அதை தவிர ஒன்றும் தெரியாது, மணிக்கு.

தேர்வர் இந்த தலைப்பை தர காரணம் அறிவியல் பற்றியும், பொது அறிவு பற்றியும் மாணவர்களை சோதிக்கவே. அது கல்பனா சாவுலா இறந்த சமயம்..

பத்து நிமிடம் துவங்கியது, உடனே ஒரு மாணவன் ஆரம்பித்தான் கல்பனா சாவுலா யார் அவர் என்ன துறையில் பிரபலமானவர் என துவங்கி கல்பனா சாவுலா இறந்தது வரை சொல்லி முடித்தான்.

அப்போதுதான் மணிக்கு கல்பனா சாவுலா இறந்துவிட்டார் என்பதே தெரியும். ப்ரொபெஸ்ஸர் மாணிக்கம் "தினமும் நியூஸ்பெபேர் படிங்கடா" என அனுதினமும் சொன்னது மணிக்கு நியாபகம் வந்தது.

'பெரியவங்க பேச்ச இனிமே கேட்கணும்' என தனக்குள் சொல்லிக்கொண்டான்.

தன்னால் எதுவும் கழட்ட முடியாது என தெளிவாய் தெரிந்தது, மகேந்திரன் சொன்ன வழிதான் சரி என முடிவெடுத்தான். தேர்வர் "யு ஹவ் டென் மினிட்ஸ்' என சொன்னபோதே கைக்கடிகாரத்தில் நேரத்தை குறித்துக்கொண்டான் மணி. ஒவ்வொருவராக பேசிவந்தனர், சிலர் இரு வார்த்தை பேச கூட தடுமாறினர், சிலர் பதட்டத்தில் பேச வராமல் பாதியில் நிறுத்தி யோசிக்க ஆரம்பித்தனர். "நாம தான் இங்கிலீஸ் பேச கஷ்டப்படுறோம்னு பார்த்தா, இங்க பாதி பேர் கஷ்டப்படுறான்" மணி நினைத்துக்கொண்டான், அவனுக்கு பயம் சற்று குறைந்தது.
சரியாக தொண்ணூறு வினாடி மிச்சம் இருக்கும்போது "ஆல் ஆப் யு ஸ்போக் வெல். ஐ லைக் டு சம்மரைஸ் பைனலி" என சொல்லி மற்றவர் சொன்ன நல்ல செய்திகளை அழகாக தொகுத்து பொறுமையாக சொன்னான், பின் நன்றி தெரிவித்தான் மாணவர்களுக்கும் தேர்வர்களுக்கும். தொண்ணூறு

வினாடிகளையும் எடுத்து கொண்டான்! குழு விவாதம் முடிந்தது.

மணிக்கு தான் செய்த மொழி பிழைகள் நன்றாக ஞாபகம் இருந்தது. தேர்வு செய்யப்படுவோமா, இல்லையா என்ற பதற்றம் கூடியது.

கவின், மகேந்திரன், தீபன் வெளியில் காத்து கொண்டிருந்தார்கள். மணி வந்தான் "மச்சி, நீ சொன்ன மாதிரியே சம்மரைஸ் பண்ணிட்டேன், ஆனா க்ராமர் மிஸ்டேக் கொஞ்சம் வந்துச்சு" என்றான் மகேந்திரனை பார்த்து

"விடு மச்சி, நீ கண்டிப்பா செலக்ட் ஆவ" என்றான் கவின். ஆறுதலாக இருந்தது மணிக்கு.

அடுத்த அரை மணி நேரத்தில் மீதம் இருந்த இரண்டு பத்து பேர் குழுவுக்கும் விவாதம் நடந்து முடிந்தது. மொத்தமாக பதினைந்து பேரை, அறிவித்தனர் தேர்வர்கள். அதில் மணி பெயர் கடைசியாய் வந்தது. பெயர் கேட்டதும் "ஏய்.." என குதித்தே விட்டனர் நால்வரும். மணிக்கு நிகராக மற்ற மூவரும் ஆனந்தமாய் இருந்தனர், தனக்கு அமைந்த நண்பர்களை

நினைத்து பெருமிதம் கொண்டான் மணி, அவன் நம்பிக்கையும் அதிகரிக்க செய்தது.

மதிய உணவு இடைவேளைக்கு பின் தொழிநுட்ப நேர்காணல் துவங்கியது.
என்ன கேள்வி கேட்பார்கள் என தெரியாது. சின்ன சின்ன அடிப்படை விஷயம் கூட தெரியவில்லையெனில், தேர்வர்கள் சிரித்துவிடுவார்கள் இல்லை திட்டி அனுப்பி விடுவார்கள்.
மணியை உள்ளே அழைத்தார்கள், அவன் பெற்றோரை ஒரு வினாடி மனதுக்குள் நினைத்து கொண்டு உள்ளே சென்றான்.
அவனிடம் கேட்கப்பட்ட கேள்விகள் இன்ஜினியரிங் மெக்கானிக்ஸ் பாடத்திலிருந்து வந்தது. கேட்கபட்ட எல்லா கேள்விகளுக்கும் பதில் சொல்ல முடியாமல் போனாலும், முக்கால்வாசி கேள்விகளுக்கு பதில் தெளிவாக சொன்னான் மணி.
வெளியே வந்தான் மணி, அவன் உடல் மொழியில் நம்பிக்கை தெரிந்தது.
கவின் கேட்டான் "மச்சி, எப்படி டா இருந்துச்சு இன்டெர்வியு?"

"கவின் மச்சி, நீ மெக்கானிக்ஸ் கிளாஸ் கட்
பண்ணவேண்டாம்னு சொன்னப்போ,
எரிச்சலாய் இருந்துச்சு. ஆனா இன்னிக்கு
எல்லா கேள்வியும் அந்த பேப்பர் தான். பாதி
கேள்விக்கு மேல பதில் சொல்லிட்டேன்!
தேங்க்ஸ் டா" என்றான் மணி

கவினுக்கு இதை கேட்டதில் மகிழ்ச்சி.
தீபன் "மச்சி, அடுத்து ரவுண்டு தான் கடைசி.
இதே காண்பிடன்சோட போடா, உனக்கு
இன்னைக்கு வேலை கன்பார்ம்" என
ஊக்கப்படுத்தினான்.

பதினைந்து பேரையும் தேர்வர்கள்
கேள்விகேட்டு முடித்து விட்டு அரை
மணிநேரத்தில் முடிவை சொன்னார்கள்,
கடைசி நேர்காணலுக்கு எட்டு பேரை தான்
தேர்வு செய்ய முடிவெடுத்திருந்தார்கள்
எனவும், ஆனால் இப்போது பத்து பேரை
தேர்ந்தெடுக்க போவதாகவும் சொல்லி
பட்டியலை வாசித்தார்கள். மூன்றாவது
பெயரே 'மணி' தான்.
'இன்னிக்கு வேலை நிச்சயம்' என உறுதிபட
சொல்லிக்கொண்டான் மணி.

கடைசி நேர்காணல் எடுப்பவருக்கு, எட்டு பேர் என்று சொல்லிவிட்டு இப்போது பத்து பேர் என் சொன்னது பிடிக்கவில்லை. "எட்டுன்னு சொல்லிட்டு இப்போ பத்து பேரை இன்டெர்வியு பண்ண சொன்னா, இதெல்லாம் நல்லா இல்லை. பர்ஸ்ட் வர்ற கேண்டிடேட்டை நான் செலக்ட் பண்ண மாட்டேன்" அந்த நேர்காணல் எடுப்பவர் வேறொருவருடன் பேசிக்கொண்டிருந்தது கேட்டது கவினுக்கு, சந்தனவேல் வாத்தியார் பற்றி தெரிந்து கொண்ட அதே இடத்தில்.

கவின் மெதுவாக அந்த இடத்தில் இருந்து நகர்ந்து வந்து மணியிடம் நடந்ததை சொல்லி "மச்சி, பர்ஸ்ட் ஆளா மட்டும் போகாத டா" என்றான்

"இன்பர்மேசன் இஸ் வெல்த், தேங்க்ஸ் மச்சி" என கண்ணடித்து சிரித்தான் மணி.

மாணவர்களை வரிசையாக அமர சொல்லி அறிவுறுத்தப்பட்டது. அதில் முதல் இருக்கையில் மணி அமரவில்லை, மூன்றாவதாக அமர்ந்தான். சில நிமிடங்களில் முதல் இருக்கையில் இருந்த மாணவன் அழைக்கப்பட்டான். அவன் உள்ளே சென்று பத்து நிமிடங்கள் வெளியே வந்தான் முகத்தில்

விரக்தி தெரிந்தது. தான் தேர்வு செய்யப்படவில்லை என்பது போல் தலையை இடதும் வலதும் ஆட்டியபடி வந்தான். கவின் சொன்னது சரிதான் என புரிந்தது மணிக்கு, "தேங்க்ஸ் டா கவின்" என மெல்லிய குரலில் சொன்னான்.

அடுத்த மாணவன் உள்ளே அழைக்கப்பட்டான், இவன் பதினைந்து நிமிடங்கள் உள்ளே இருந்தான். வெளியே வந்ததும் கையில் வைத்திருந்த கோப்புகளை அவன் அமர்ந்திருந்த இருக்கையில் வேகமாய் போட்டான். கண்களில் நீர் தேங்கியிருந்ததை கவனித்தான் மணி. இதற்கு மேல் என்ன வேண்டும், அவனும் தேர்வு செய்யப்படவில்லை என புரிந்துவிட்டது. "இன்னும் ரெண்டு சீட் தள்ளி உக்கார்ந்திருக்கணுமோ?" என யோசித்துக்கொண்டிருக்கும்போதே, "தம்பி நெக்ஸ்ட் நீ தான்" என ஒரு குரல் அவனை பார்த்து வந்தது. மணி உள்ளே சென்றான்.

முதலில் மாலை வணக்கம் சொல்லிவிட்டு, நேர்காணல் செய்பவர் அமரச்சொல்லும் வரை காத்திருந்து பின் அமர்ந்தான். முதலில்

அவனை பற்றி அறிமுகம் செய்யச்சொன்னார் நேர்காணல் செய்பவர், மனப்பாடம் செய்ததை சீராக ஒப்பித்து முடித்தான் மணி.

பின் "உனக்கு ஒரே கேள்வி தான்" என நேர்காணல் செய்பவர் தமிழில் சொன்னதும் மணிக்கு தெம்பு வந்தது, உடல் மொழியில் நம்பிக்கையும் சுறுசுறுப்பும் கூடியது.

"நீ டிரைன் டிராக் பக்கத்துல நடந்து போற அப்போ தண்டவாளம் டேமேஜ் ஆனதை பார்க்குற. இன்னும் பத்து நிமிஷத்துல அந்த வழியா ஒரு டிரைன் வரப்போகுதுன்னு உனக்கு தெரியும், இப்போ என்ன பண்ணுவ?" கேள்வி

"சார், உடனே ஸ்டேஷன் போய், ஸ்டேஷன் மாஸ்டர் கிட்ட சொல்லுவேன்" என்றான் மணி

"ஸ்டேஷன் போக இன்னும் பதினைஞ்சு நிமிஷம் ஆகும், இப்போ என்ன பண்ணுவ?"கேள்வி

"சார், பக்கத்துல ஏதாவது டெலிபோன் பூத் இருந்தா அது வழியா தகவல் சொல்லுவேன்" மணி சொல்ல

"பக்கத்துல ஒரு போன் கூட கிடையாது, இப்போ?" கேள்வி

இதற்குமுன் இருவர் விரக்தியாய் வெளியே வந்த காரணம் புரிந்தது மணிக்கு, இருந்தும் முயன்றான் "சிவப்பு துணி ஏதாவது இருந்தா அதை காட்டி டிரைன நிறுத்திடுவேன் சார்" "உன்கிட்ட சிவப்பு துணி இல்ல, நெக்ஸ்ட் அண்ட் லாஸ்ட் சாய்ஸ்?" என்றார் நேர்காணல் செய்பவர்

இந்த பதில் தான் தனக்கு வேலை கிடைக்குமா கிடைக்காதான்னு முடிவு பண்ணும் என்பதை அறிந்து சில நொடி எடுத்துக்கொண்டான் மணி. டக்கென அவன் எப்போதோ பார்த்த ஒரு ஆலிங்க படத்தின் காட்சி நியாபகம் வந்தது, அதில் டிரைன் டிராக் உடனேயே வரும் ஒரு கம்பியை வில்லன் வெட்டுவான், உடனே வலி நெடுகிலும் உள்ள சமிக்ஞு கோடி சிகப்புக்கு மாறிவிடும்.

இந்த காட்சியை பதிலாக விவரித்தான் மணி. நேர்காணல் செய்பவர் "மணி, இந்த பதிலை நான் எதிர்பார்கலை. டெக்னீகளா எவ்வளவு பாசிபிள்ன்னு தெரியல ஆனா வெரி இன்டெரெஸ்ட்டிங் ஆன்செர். இதுக்கு முன்னாடி வந்தவங்க லாஸ்ட் சாய்சா கையை அறுத்து துணிய சிகப்பாக்கி டிரைன் நிறுத்துவேன்னு சொன்னாங்க. அது

பிராக்டிகல் ஆன்செர் கிடையாது, பட் உன்னோட திங்கிங் என்னக்கு புடிச்சிருக்குக்கு. வெள், யு ஆர் செலெக்டட் யங் மேன்" என சொல்லி கை குலுக்க எழுந்தார்.

மணிக்கு சந்தோஷத்தின் உச்சியும் உயரமும் என்னவென்று தெரிந்தது. துறு துறுவென எழுந்து கைகொடுத்துவிட்டு "தாங் யு சார், தாங் யு வெரி மச்" என சொல்லி கம்பீரமாய் வெளியே வந்தான் மணி.

அந்த ஆங்கில படம் பார்த்த நாள் ஞாபகம் வந்தது "நல்ல வேளை, அன்னிக்கு ஒரு ஹிந்தி சினிமா ஓடுச்சு, ஆனா நான் சானெல் மாத்தி இங்கிலீஸ் படம் பார்த்தேன்" என தன்னை தானே பாராட்டியபடி மிடுக்காக நடந்து வந்தான்.

வந்தவுடன் வெற்றி என்பது போல் கட்டைவிரலை மணி உயர்த்த, வெளியில் காத்திருந்த தீபன், மகேந்திரன், கவின் மூவரும் ஓடிவந்து மணியை அணைத்து கொண்டார்கள். அன்று மாலையே கேன்டீனில் விருந்து, அதாவது ஒரு பஜ்ஜி ஒரு வடை ஒரு காபி இதுதான் அன்றைய காலகட்டத்தில் ஒரு கல்லூரி மாணவனால் தரமுடிந்த விருந்து.

சுவாதியையும் அழைத்தார்கள், ஏனெனில் சுவாதி ஒரு மாதம் முன்பு ஒரு மென்பொருள் நிறுவனத்தில் பன்னிரெண்டாயிரத்து ஐநூறு ரூபாய் சம்பத்தில் வேலை கிடைத்தபோது இவர்கள் நால்வருக்கும் விருந்து கொடுத்திருந்தாள். ஒரே வித்யாசம் மேற்சொன்ன உணவு பட்டியலில் ஒரு தோசை சேர்த்திருந்தாள்.

சுவாதி வந்தவுடன் "மணி கங்கிராட்ஸ்" சொல்லி கைகொடுத்தாள்

"தாங் யு, தாங் யு" என மிடுக்கு குறையாமல் பதிலுக்கு கை கொடுத்தான் மணி, சம்பளம் குறைவாக இருந்தாலும் மெக்கானிக்ல பிரிவில் இதுவரை மூன்று மாணவர்களுக்கு தான் வேலை கிடைத்திருந்தது, அதில் மணியும் ஒருவன் என்பது அவனுக்கு பெருமையே! (சிறு கர்வத்துடன்)

கவின் சொன்னான் "சுவாதி பாத்தியா, நீ அவனை மொக்கை பீசுன்னு தான் நினைச்ச. இப்போ பாரு மச்சி கலக்கிட்டான்"

மணி வேகமாய் கவின் அருகில் வந்து மெதுவாக கேட்டான் "டேய், இது அவ

சொன்னாளா, இல்லை நீயே என்னை மொக்கை பீசுன்னு கோர்த்துவிடுறியா"

சுவாதி சொன்னாள் "மணி வேலை வாங்கினது எனக்கு ரொம்ப சந்தோசம். பெரிய ஆளா வரணும்" என வாழ்த்தினாள்.

சிறிது நேரம் ஐந்து பேரும் பேசிக்கொண்டிருந்தார்கள், பின் தீபன் சொன்னான் "மச்சி நீ சுவாதி கூட பேசிட்டு வா டா, நாங்க கிளம்புறோம்". மூவரும் நகர்ந்தார்கள்.

கவின் கேட்டான் "நான் கூட நல்லா படிச்சு, இப்போ ஒரு வேலை வாங்கியிருந்தா நீ சந்தோஷமா இருந்திருப்ப இல்ல?"

"ம்ம்.. கண்டிப்பா, ரொம்ப ரொம்ப சந்தோஷமா இருந்திருப்பேன்" என்றாள் சுவாதி

"எனக்கு என்ன கிப்ட் குடுத்திருப்ப?" என்றான் கவின்

"பர்ஸ்ட் கிஸ்" என யோசிக்காமல் உடனே சொன்னாள் சுவாதி

"இது தெரிஞ்சிருந்தா, யூனிவர்சிட்டி ரேங்க வாங்கி வேலையும் வாங்கியிருப்பேனே" என்றான் கவின்

"சரி. நான் கூட தான் வேலை வாங்கிட்டேன். நீ எனக்கு எந்த கிப்ட்டும் தரலயே" என புன்னகையோடு ஒரு காதல் பார்வை பார்த்தாள்.

"என்னது..." என சின்ன வெட்க பார்வை வந்தது கவினிடம்

"சார், உங்களுக்கு ரொமேன்ஸ் எல்லாம் வருமா இல்லையா?" என பளிச்செ்ன்று கேட்டாள் சுவாதி

"அதெல்லாம் உள்ள இருக்கு, வேண்டிய நேரத்துல வரும்" என்றான் வெட்கம் குறையாமல்

"சரி, ரொமான்டிக்கா ஒரு கவிதை சொல்லு பார்க்கலாம்?" என கேட்டாள் சுவாதி

"ம்ம்..." என யோசித்து "நாளைக்கு ஒரு கவிதை எழுதிட்டு வரேன்" என சொன்னான் கவின்

"எழுதிட்டு வா.. ஆனா இந்த மணி மாதிரி பஞ்ச் வசனம் எழுதிட்டு வந்தேன்னு வை, உன் மூஞ்சியில் பஞ்சர் போட்டுடுவேன்" என சொல்லி விடை பெற்றாள் சுவாதி

கவின் விடுதிக்கு சென்றதும் ஒரு காகிதத்தையும் பேனாவையும் எடுத்து அமர்ந்தான்

அப்போது மணி உள்ளே வர "என்ன மச்சி எழுதுற?" என்றான்
"காதல் கவிதை" என கவின் சொல்ல, உடனே "நான் சொல்லட்டுமா காதல் கவிதை?" என ஆரம்பித்தான்
"அடியே என் பிகரு
நீ தான் எனக்கு சுகரு

மேட்டுப்பாளையம் அடுத்து ஊட்டி
மாமாவுக்கு நீ தான் பியூட்டி

பாத்த உடனே லவ்வு
பத்திக்கிச்சு ஸ்டவ்வு

எப்பவுமே நான் நெருப்பு கங்கு
எமனுக்கே ஊதுவேன் சங்கு
சாரி மச்சி பிரசவத்துல பஞ்ச் லைன் வந்திடுச்சு...
இப்போ மாத்தி சொல்லுறேன் பாரு..." என சொல்லிக்கொண்டிருக்கும் போதே சுவாதி மணியை பற்றி சொன்னது கவினுக்கு ஞாபகம் வந்தது
"டேய், மூதேவி, அது பிரசவம் இல்ல டா பரவசம்" கவின் சொல்ல

"சாரி மச்சி டங்குள டர்புலென்ஸ்!! ஆனா என் கவிதை எல்லாம் அடுத்த தலைமுறைக்கு தான் புடிக்கும். நீ எல்லாம் வேஸ்ட்" என சொல்லிவிட்டு வேலை கிடைத்த சந்தோசத்தை வீட்டிற்கு தெரியப்படுத்த டெலிபோன் பூத் சென்றான் மணி. அடுத்த அரைமணிநேரம் அறையில் யாரும் இல்லை. தீபன் அறையினுள் வரும் போது, கவின் கவிதையை எழுதி காகிதத்தையும் மடித்து வைத்திருந்தான்.
"எங்கடா மணி?" என கேட்டான் தீபன்
"வீட்டுக்கு போன் பண்ண போயிருக்கான் டா" கவின்.

அடுத்த நாள் சுவாதியை பார்த்தவுடன் அவள் கையில் காதல் காகிதத்தை வைத்து திணித்தான் கவின். அவள் உதடுகள் மூடி படித்தாள்

நிறமும் முகமும் அகமும்
ஏதொன்றும் வேண்டாம்
கண் இமை அசைவும்,
அதன் வழி இசைவும்
பெருமூச்சொன்று கலந்த காற்றிதழும்

துருத்தி விரியும் இதழும்,
போதாதாளன் பாலோடு
பல உணர்வுகளுக்கும் வித்தாய்!
தாய்ப்பாலையும் தாண்டிய போதை ஒன்று
உன்னை தாயாக்க என்னை தூண்டுதடி...
திரி நெருப்பில் எழும்பும்
வேகமும், சீற்றமும் பெரும்
என் கண் முதல் கணுக்கால்வரை

தரை பார்க்கும் கோபுரம்
உள்செல்ல வழிகண்டு, என்னிடம்
இதழ் செதுக்கி திறக்கும் உளி உண்டு
செவ்வானத்தில் வெள்ளை ஓவியங்கள்
நான் வரைந்திட...

இந்தக் காதலும் அது கடல் போல்
தேவரும் அசுரரும் இல்லாமலே
அமிர்தம் கடைந்திட
ஆழம் அறிந்திடுவோம்
காதலின் கலவி நேரத்திலே

வெப்பம் வெளியாக
சீராக தப்புக்கள் சரியாக
தடுப்புகள் திமிராக

பார்வையே பரவசமாக
நீயும் நானும் யாவுமாக
இன்பத்துப்பாலை-
சரிபார்க்கும் நேரமாக
அதில்- புதிதாய்
ஒன்றை நாம் சேர்த்திடுவோமா?

படித்து முடித்தவுடன் "கவின், நீ சூப்பரா தான்
எழுதுற. ரொமேன்ஸ் எல்லாம் வேற லெவல்
தான்" என்றாள்
"அப்போ அதுல இருக்குறது உனக்கு
புடிச்சிருக்கு?" என கவின் கேட்க
"சீ.. போ" என கவினை செல்லமாய்
தட்டிவிட்டாள் சுவாதி
விடுதிக்கு எடுத்து சென்று மீண்டும் மீண்டும்
படித்தாள், அவளுள் பரவசம் பரவியது.

நான்காம் ஆண்டு முடிவுக்கு வர இன்னும் ஒரு
இரண்டு மாதங்கள் கூட இல்லை, அப்படி ஒரு
நேரத்தில், சுவாதி வாரக்கடைசியில் வீடு போக
திட்டமிட்டாள். போகும் முன் கவினை
சந்தித்து "இந்த வாட்டி நான் வீட்டுல நம்மை
பத்தி சொல்லிடலாம்னு இருக்கேன்" என
சொன்னாள்.

கவினுக்கு கிடுகிடுக்க செய்தாலும், என்னைக்கு இருந்தாலும் இது சொல்லப்படவேண்டியது தானே என தோன்றியது.

சுவாதி வெள்ளிக்கிழமை மாலை வீட்டை சென்றடைந்தாள், அன்று இரவே அவள் தந்தையிடம் தன் காதலை பற்றி சொல்லிவிட முடிவு செய்தாள். பயமும், உற்சாகமும், வேதனையும் கலந்த ஒரு உணர்வு இருந்தது அவளுக்கு. ஆனால் அவள் அப்பா ஏதோ வியாபாரம் நிமித்தமாக வெளியூர் சென்றிருந்தார், அடுத்த நாள் மாலை தான் வீடு திரும்புவார் என தெரியவந்தது சுவாதிக்கு. அடுத்த நாள் மாலை வரை தந்தை என்ன முடிவு சொல்லுவார், தன் காதலை ஏற்பாரா, என்ன எதிர்வினை ஆற்றுவார்? என பல கேள்விகள் அவளுக்குள் எழுந்தன, அவளை குழப்பம் அடைய செய்தன.

சனிக்கிழமை மாலை வந்தது, சுவாதியின் அப்பா வீட்டிற்கு வந்தார்.

"சுவாதி கண்ணு, எப்படிமா இருக்க? போன மாசம் பார்த்தது. நடுவுல ஏன் மா வரல? எங்களையும் காலேஜ் வர வேண்டாம்னு

சொல்லிடுற" என தன் மகளை கண்டிப்போடு அணைத்துக்கொண்டார்.

"இன்னும் கொஞ்ச நாள் தான் பா, எக்ஸாம் முடிஞ்சுடும். அப்புறம் காலேஜ் போக அவசியம் இருக்காது" என்றாள்

"ஆமா, என் பொண்ணு என்ஜினீயர் ஆகிடுவா. நம்ம பரம்பரையோட முதல் பட்டதாரி என் பொண்ணு தான்" என பெருமையாக சொன்னார் சுவாதியின் தாயை பார்த்து.

"அது இருக்கட்டும். அவ படிப்பு முடியுது. அடுத்து ஆகுறத பாருங்க" என சொல்லி நகர்ந்தார் சுவாதியின் தாய்.

கல்யாணத்தை தான் அப்படி சூசகமாக சொல்ல்கிறாள் தன் தாய் என புரிந்து கொண்டு, மனதிற்குள் அவள் தாயை 'உன்னை அப்புறம் வெச்சுக்குறேன்' என கடிந்துகொண்டாள்

"சரி இரும்மா, நான் குளிச்சிட்டு வந்திடுறேன். நாம சேர்ந்து சாப்பிடலாம்" என சொல்லிவிட்டு குளியலை போடா சென்றார் சுவாதியின் தந்தை.

குளியலை முடித்த கையேடு, சாமி படத்தை பார்த்து ஒரு கும்பிடு போட்டு பட்டைஅடித்து விட்டு வந்தார் சுவாதி அப்பா. "சாப்பாடு எடுத்து

வைடி" என சுவாதியின் தாய்க்கு கட்டளை போட்டுவிட்டு, "நீ வாமா உட்காரு, வாடா தம்பி நீயும் உட்கரு" என மகளையும், மகனையும் அழைத்தார்.

"ஏன் உங்க பொண்ணு தட்டு வெச்சா சோறு எறங்காதா? இன்னொரு வீட்டுக்கு போகப்போறவ...வேலை செஞ்சுதான் ஆகணும்" என சத்தம் போட்டுக்கொண்டே சென்றார் சுவாதியின் தாய்.

தொலைக்காட்சி ரிமோட் கண்ட்ரோலை எடுத்தார், "நேரம் ஆச்சு நியூஸ் கேட்கலாம்" என தொலைக்காட்சியை போட்டார், அதில் ஏழரை மணி செய்திகள் என்ற அறிவிப்பு வந்தது. "ஆரம்பிக்கவே இல்ல, அதுக்குள்ளே ஏழரையா?"என மனதுக்குள் சொல்லிக்கொண்டாள் சுவாதி

உணவு பரிமாறப்பட்டவுடன் மெதுவாய் ஆரம்பித்தாள் சுவாதி "அப்பா உங்ககிட்ட ஒன்னு பேசணும்"

"என்னம்மா சொல்லு. ஏதாவது காலேஜ் பீஸ் கட்டணுமா?" என கேட்டார்

"அது இல்லப்பா, இது வேற" என்றாள் சுவாதி "மேல் படிப்பு சுத்தி பேசாதம்மா, அது நம்மக்கு வேண்டாம்!!" என கறாராக சொன்னார்.

"இல்லப்பா, நான் ஒரு பையனை காதலிக்கிறேன். அவனை உங்க சம்மதத்தோட கல்யாணம் பண்ணிக்க விரும்புறேன்" என தந்தையின் கண்ணை நேராக பார்த்து தைரியமாய் போட்டு உடைத்தே விட்டாள் சுவாதி.

தொலைக்காட்சியை நிறுத்தினார், சில நொடி மௌனம் இருந்தது வீட்டினுள். பின் அவள் தாய் "அடிப்பாவி, என்ன நெஞ்சழுத்தம் இருந்தா இப்படி பேசுவ. இதுக்கு தான் காலேஜ் படிப்பு வேணாம்னு சொன்னேன் என் பேச்சை யாராவது கேட்டீங்களா" என அழுதுகொண்டே புலம்ப ஆரம்பித்து விட்டார் சுவாதியின் தாய்.

"ஏய் அழுகையை நிறுத்து! என்ன எழவு வீடா இது? வாயை மூடு" என சுவாதியின் தந்தை அதட்டலாக குரல் கொடுக்க. சுவாதியின் தாய் அமைதியானார், ஆனால் விம்மி விம்மி மூச்சை இழுக்கும் சத்தம் ஓய்ந்தபாடில்லை.

"என் பொண்ண நான் தைரியமான பொண்ணா தான் வளர்த்திருக்கேன்" என சின்னதாய் புன்னகைத்தார்.

தொடர்ந்து பேசினார் "இங்கபாரு சுவாதி, இந்த காதல் கல்யாணம் எல்லாம் நம்ம

குடும்பத்துக்கு ஒத்துவராது. அப்பா உனக்கு ஏற்கனவே ஒரு குடும்பத்துல பேசிட்டு இருக்கேன். நீ படிப்பை முடிக்க தான் காத்து இருந்தேன். உன் ஆசை நிச்சயமா நடக்காது" என முடித்தார்

"அப்பா நான் சொல்லுறத ஒரு நிமிஷம் கேளுங்க" என கோரிக்கை வைத்தாள் சுவாதி

"இல்லை சுவாதி. இது சரிப்பட்டு வாராது, இதை பத்தி இதுக்கு மேல நீ பேசக்கூடாது. நான் காட்டுற பையனுக்கு தான் நீ கழுத்தை நீட்டனும். இல்லனா என் கை நீள வேண்டிவரும்" என கண் கொப்பளிக்க உறுதியாய் சொல்லிவிட்டு சாப்பாட்டை பாதியிலேயே விட்டு எழுந்தார்.

சுவாதி தொடர்ந்து ஏதும் பேசவில்லை, அவளுக்கு நன்றாக தெரியும் அவள் அப்பா முடிவு எடுத்து விட்டார் என்றால் அதிலிருந்து மாறவே மாட்டாரென்று.

"உன் கால ஒடிச்சு அடுப்புல வைக்கணும்டி" என அம்மா சொல்ல, சிவந்த கண்களோடு அவள் அம்மாவை பார்த்தல் சுவாதி.

அம்மாவுக்கு சுவாதியின் அப்பா மீது எவ்வளவு பயமோ அதே அளவு சுவாதியின் மீதும் உண்டு, அதனால் "தெய்வமே என்ன இது என்

குடும்பத்துக்கு வந்த சோதனை" என சுவாதியின் கண்களை எதிர்கொள்ள முடியாமல் தெய்வத்திடம் முறையிட ஆரம்பித்தார். பாவம், அவர் மகளின் காதலை கலைப்பதையெல்லாம் ஒரு வேலையாக கடவுள் செய்யமாட்டார் என தெரியவில்லை அந்த தாய்க்கு.

அன்றிரவு முழுவதும் யோசித்தாள், அது தன் குடும்பத்தை மீறி எப்படி கவினின் கரத்தை பிடிப்பது, யாரின் தயவும் இல்லாமல் சுயமாக வாழ்வதெப்படி என மட்டுமே...

இறுதியாய், சுவாதி தன் அப்பாவின் வார்த்தையை மீறி, கவினை மணக்க துணிந்தாள், சுயமாக வாழவும் முடிவெடுத்துவிட்டாள்.

இதன் பின் அவள் தந்தையிடமோ, தாயிடமோ பேசவில்லை. கல்லூரி செல்லும் பொது "நான் கிளம்புறேன்" என மட்டும் சொல்லி வீட்டை விட்டு வந்தாள்.

கல்லூரி சென்றதும், கவினை அன்று மாலை சந்திக்க ஒரு குறுஞ்சய்தி அனுப்பினாள். கவினுக்கு பயமும், பதட்டமும், உற்சாகமும் கலந்த ஒரு உணர்வு இருந்தது. கவினுக்கு

நன்றாக தெரியும், சுவாதி அவர்கள் காதலை பற்றி வீட்டில் சொல்லியிருப்பாள் என்று.

ஒரு ஒரு மணி நேரத்திற்கும் சுவாதி வீட்டில் என்ன பேசியிருப்பாள், எப்படி பேசியிருப்பாள், என்ன முடிவு கிடைத்திருக்கும் ஆயிரம் முறை யோசித்தான் கவின். நேரம் செல்ல செல்ல, மாலை நெருங்க நெருங்க, தனக்குள்ளாகவே பேச துவங்கிவிட்டான் கவின், நகம் கடித்தபடி.

இதை மணி, மகேந்திரன், தீபன் கண்கூடாக பார்த்தனர். "மச்சி எதுவா இருந்தாலும் பார்த்துக்கலாம் டா" என தீபன் சொல்ல.

"மச்சி டென்ஷன் ஆகாதடா, என்னோட கெஸ்; சுவாதி உனக்கு பதில் சொல்லமாட்டா, ஒரு சொல்யுசன் சொல்லுவா! அடுத்து என்னென்ன பண்ணனும்னு இந்நேரம் கால்குலேட் பண்ணியிருப்பா... பொண்ணுங்க ரொம்ப கெட்டிகாரங்க மச்சி" என சொன்னான் மணி.

மகேந்திரன் கேட்டான் "மச்சி, சாயந்திரம் நாங்களும் வரட்டுமா?" என்றான்

"பரவாயில்லைடா, நான் பார்த்துக்கறேன்" என்றான்... இருந்தபோதிலும் கவின் மூளைக்குள் மீண்டும் மீண்டும் அதே சிந்தனைதான்!

சாயங்காலம் வந்தது, பல நாள் வெட்டாமல் இருந்து கவின் நகங்கள் இன்று முழுதாய் காணாமல் போய் இருந்தது.

முகம் மலரந்தபடி வந்தாள் சுவாதி, "ஹே கவின். சீக்கிரம் வந்துட்டியா?" என கேட்டாள்

"ம்ம். அரை மணி நேரம் ஆச்சு" என்றான் கவின், முகம் இறுகி இருந்தது

"செம டென்ஷனா இருக்கேன்னு நெனைக்கிறேன்?" என சுவாதி சொல்ல...

"அப்படியெல்லாம் ஒன்னும் இல்லை, நான் கூலா தான் இருக்கேன்" என்றான் கவின், ஆனால் குழந்தையும் சொல்லிவிடும் அந்த முகத்தில் அவன் பதட்டத்தில் இருக்கிறானென்று...

"கூலா?? நீ?. உன் விரலை பார்த்தாலே தெரியுது. ரெண்டு வாரமா வெட்டாம இருந்த நகம் சுத்தமா வெட்டியிருக்கு...சாரி, கடிச்சு துப்பியிருக்க! எதுக்கும் கால காட்டு, அதையாவது விட்டு வச்சியானு பாப்போம்" என சொல்லி நக்கலாக சிரித்தாள்

"சுவாதி, உன் புத்திசாலித்தனத்தை அப்புறம் பாராட்டுறேன். முதல்ல, உங்க வீட்டுல என்ன சொன்னாங்க சொல்லு" என தீவிரத்துடன் கேட்டான்

"உனக்கு உன்னோட வேலை முடியனும். நான் நாலு நாளா உன் கிட்ட பேசல! நான் எப்படி இருக்கேன்னு தான நீ பர்ஸ்ட் கேட்டு இருக்கணும்" என்றாள் சுவாதி

"ம்ம். தப்பு தான். எனக்கு செம டென்ஷன் சுவாதி. சரி, வீட்டுல எல்லாம் நல்லா இருக்காங்களா? நீ வீட்டுல நல்லா டைம் ஸ்பென்ட் பண்ணியா?" என லேசாக கேட்டான் கவின்.

"இப்போ உன் டென்ஷன் கம்மி ஆகி இருக்குன்னு நினைக்கிறன். நான் நம்மள பத்தி வீட்டுல சொல்லிட்டேன்..." என சுவாதி சொன்னதும். இதுவரை ஓடிடாத வேகத்தில் கவினின் நரம்புகளுக்கும் ரத்தம் ஓடியது! அதை அவன் முழுதாக உணர்ந்தான்

"என்ன சொன்னாங்க... என்ன சொன்னாங்க?" டக்கென எழுந்து அவன் கேட்ட வேகம்! சுவாதி ஒரு நொடி பயந்துவிட்டாள்

"கவின், முதல்ல உட்காரு. நீ தேவையில்லாம டென்ஷன் ஆகுற. என்னோட லைப் உன்கூடதான், அதை நீயே நினைச்சாலும் மாத்த முடியாது" தீர்க்கமாக சொன்னாள் சுவாதி

"அப்போ, உங்க வீட்டுல ஓகே சொல்லிட்டாங்களா?" என தொடர்க்கேள்வி நொடி வீணாகாமல் வந்தது

"இல்லை. அஞ்சு அரியர், வேலை இல்லை, வேற ஜாதி, சம்பாத்தியம் இல்லை - இதையெல்லாம் பத்தி எனக்கு கவலையே கிடையாது. ஆனா பொண்ண பெத்தவங்களுக்கு இது தான் கவலையா இருக்கும். சோ, எங்க வீட்டுல ஒதுக்கல. என செல்ல தம்பி மட்டும் நீ எது பண்ணினாலும் உனக்கு சப்போர்ட் பண்ணுவேன் அக்கான்னு சொன்னான். அவன் நான் வளர்த்த பையன்." என முடித்தாள் சுவாதி

"என்ன சுவாதி சகஜமா சொல்லுற" என ஆச்சர்யத்துடன் கேட்டான் கவின்

"ஆமா வேற என்ன சொல்லுறது. எங்க அப்பா அம்மா மேல எனக்கு கோபமோ வருத்தமோ இல்ல. எனக்கு நல்ல வாழ்க்கை அமையணும்ன்னு தான் அவங்களும் நினைக்கிறாங்க. உன்னைப்பத்தி எனக்கு தெரிஞ்ச அளவுக்கு, அவங்களுக்கு தெரியாது அது தான் ப்ராப்லம்" விளக்கினாள் சுவாதி

"நான் வேணும்ன்னா வந்து பேசட்டுமா?" என கவின் கேட்க

"எங்க அப்பாவை பத்தி உனக்கு தெரியல. மெக்கானிக்கல் கெத்து எல்லாம் அங்க நடக்காது. மொத்தமா பாடி மெக்கானிக்ஸ் மாத்தி வெச்சிடுவாரு!" என்றாள்

புரியாமல் நின்றான் கவின்

"புரியலையா? மாறு கால் மாறு கை" என்றாள் சுவாதி

லேசாக கிலி அடித்தது கவினுக்கு

"சரி இப்போ என்ன பண்ணப்போறோம்" என கவின் கேட்க

உடனே "கல்யாணம் தான்" என பட்டென சொன்னாள் சுவாதி

"என்ன கல்யாணமா! எனக்கு டிகிரி கிடைக்குறதே சந்தேகம். வேலை இல்லை, எங்க வீட்டுல என்னையே சேத்த மாட்டாங்க...." என சொல்லிக்கொண்டிருக்கும்போதே

"கவின், இதையே தான் நானும் சொன்னேன். நான் நல்லா யோசிச்சிட்டேன். செமஸ்டர், கடைசி எக்ஸாமுக்கு முன்னாடி கல்யாணம் பண்றோம். உன் பிரெண்ட்ஸ் கிட்ட சொல்லிடு, அவங்க தான் சாட்சி கையெழுத்து போடணும்" என்றாள் சுவாதி.

பின் "வா ஐஸ் கிரீம் சாப்பிடலாம்" என கூலாக சொன்னாள்

"ஆத்தாடி, இவ வேற மாதிரி" என வெளியில் கேட்காத சத்தத்தில் சொன்னான் கவின்.

உருகிய ஐஸ் கிரீமுடன் அதிர்ச்சியில் அமர்ந்திருந்த கவினிடம், "சரி கவின், நாளைக்கு பார்க்கலாம். எனக்கு நிறையா வேலை இருக்கு. ஜாப் ஆபர்ல சென்னை தான் கேட்டு இருக்கேன். அங்க ஒரு வீடு எடுக்கணும், நாம கல்யாணம் முடிஞ்சு தங்க. சொல்ல மறந்துட்டேன் பாஸ்போர்ட் ரெடி பண்ணிக்கோ, ஏதாவது அப்ராட் சான்ஸ் கிடைச்சா போயிடலாம்" என சொல்லிவிட்டு நகர்ந்தாள்

இதை கேட்ட பிறகு ஐஸ் முழுமையாக உருகியது!

அந்த கையை கூட கழுவாமல், அரை நினைவாய் விடுதி நோக்கி சென்றான் கவின்.

அறையில் நுழையும்போது கவினை பார்த்து கேட்டான் மணி "என்னடா கையில? குழந்தை காக்கா போன மாதிரி இருக்கு!" நக்கலாய்...

அதை உணர்ந்த கவின் டக்கென பக்கத்திலிருந்த ஒரு துண்டை எடுத்து கையை துடைத்தான்.

"டேய் சட்டை போட்ட சனியனே... என் துண்டு தான் கிடைச்சிதா. குடுடா" என கோபமாய் துண்டை கவினிடமிருந்து வாங்கினான் மணி. சில நிமிடம் முன்பு தான் துண்டை துவைத்து காயப்போட்டிருந்தான் மணி, இப்போது மீண்டும் துவைக்க வேண்டும் என்ற எரிச்சல் அவனுக்கு.

தீபன் கேட்டான் "மச்சி என்னடா சொன்னா சுவாதி?"

அமர்ந்தான் கவின், தலை குனிந்தவாறு

"மோச புடிக்கிற நாய் மூஞ்சிய பாத்தா தெரியலையா? ஊத்திக்கிச்சுன்னு நினைக்கிறன்" என்றான் மணி துண்டை பார்த்தபடி. அவனுக்கு இன்னும் கோபம் குறையயவில்லை

"டேய், சும்மாவே இருக்க மாட்டியா?" என மகேந்திரன் கத்த... மெதுவாய் தலை நிமிர்ந்து சொன்னான் கவின் "அவங்க வீட்டுல ஒதுக்கல!"

புகுந்தான் மணி "நான் சொல்லல? மணி சொன்னா மகேசன் சொன்ன மாதிரி" என ஒரு பிட்டை போட்டான்.

தொடர்ந்து சொன்னான் கவின் "அதனால, செமஸ்டர் எக்ஸாம் முடியும் முன்னாடி

கல்யாணம் பண்ணிக்கலாம்னு சொல்லிட்டா! ரெஜிஸ்டர் மேரேஜ்"

வறுக்கியை அப்படியே முழுங்க பார்த்த நாய்க்கு என்ன ஆகுமோ? அது தான் நடந்தது மணிக்கு. முழுதாய் தொண்டை அடைத்துவிட்டது.

"இவன் நமக்கு மூத்திர சந்துல மிதி வாங்கிக்குடுக்காம விடமாட்டான்னு நினைக்கிறன்" என்றான் மணி, அவன் நெற்றியில் ஒரு வியர்வை துளியும் இருந்தது. தீபன் சொன்னான் "மச்சி, சுவாதி சரியா தான் சொல்லியிருக்கா. நீ கல்யாணம் பண்ணிக்கோ. நாங்க கூட இருக்கோம்"

"இதையே தான் சுவாதியும் சொன்னா. நீங்க மூணு பெரும் தான் வாழ்த்துறதுக்கும், சாட்சி கையெழுத்து போடுறதுக்கும் வரணும்னு" கவின் முடித்தான் பெருமூச்சோடு

"பொண்ணுங்க செம்ம டா. என்னமா யோசிக்கிறாங்க?" என மகேந்திரன் மெச்ச

தீபன் கேட்டான் "டேய், சுவாதி அப்பா ஊருல பெரிய ஆளா? ஏதாவது சங்கத்துல மெம்பரா? ஏதாவது தெரியுமா?" கவினை பார்த்து

"ஏன்டா, நம்ம மெக்கானிக்ஸ் வாத்தியார் கஷ்டப்பட்டு கிளாஸ் எடுத்தார் அதையே

இவன் தெரிஞ்சுக்கல! இதெல்லாம் அவனுக்கு எப்படி தெரியும்? ஆனா சுவாதி செருப்பு சைஸ் கேட்டா கரெக்டா சொல்லுவான்... இல்ல மச்சி!!!" என கிண்டலாக சொல்லி கவின் தோளில் கை போட்டான் மணி.

"தீபா, நீ நினைச்ச மாதிரி இருக்க வாய்ப்பு இருக்கு? ஆனா சுவாதியே சொன்னா அவங்க அப்பா ரொம்ப கோவக்காரருன்னு" என்றான் கவின்

"அப்போ இனிமே சிலம்பம் கிளாசுக்கு தினமும் போகணும்!" மணி சொன்னான்

"ஏன்டா நெகட்டிவா பேசுற?" என்றான் கவின்

"அவனை விடுடா, தீபா இன்னும் செமெஸ்டருக்கு ஆறு வாரம் தான் இருக்கு. அதுக்குள்ள ரெஜிஸ்டர் மேரேஜ் பார்மாலிட்டி தெரியணும்" என்றான் மகேந்திரன்

"அதை நான் பாலோ பண்ணுறேன்" மணி அந்த பொறுப்பை ஏற்றுக்கொண்டான்

"அவங்க அப்பா பத்தி நான் கொஞ்சம் விசாரிக்கிறேன்" என்றான் மகேந்திரன்

தீபன் "இந்த வேலை எல்லாம் இன்னும் நாலஞ்சு நாள்ல முடிக்கணும். அப்பத்தான் எக்ஸாமுக்கு ரெடி ஆகா டைம் இருக்கும்"

"ரொம்ப தேங்க்ஸ் டா. நீங்க மூணு பெரும் இல்லாம இதை யோசிக்கக்கூட முடியல" சங்கடத்துடன் சொன்னான் கவின்.

"உங்க வீட்டுல சொல்லனுமா வேண்டாமா கவின்" கேட்டான் மகேந்திரன்

"நியாமான கேள்வி" தீபன் சொல்ல

"மச்சி... மணியாவது, 'செருப்பு பிஞ்சிடும்னு' பேச்சுக்கு தான் சொல்லுவான். எங்க வீட்டுல நிஜமாவே செருப்பு பிய்யும் டா" என்றான் கவின். " நீ எல்லாத்துக்கும் தயாரா தான் இருந்திருக்க... சரி, வொரி பண்ணிக்காத டா. உன் கைல தான் கொஞ்சம் EV இருக்கே?" என்றான் மணி

"என் கிட்ட ஏதுடா எலக்ட்ரிக் வேகிகள்?" மணி புரியாமல் கேட்க

"எலக்ட்ரிக் வேகிகள் இல்லடா... இளிச்ச வாய்... உன்கிட்ட தான் மூணு EV இருக்கே" என்றான் மணி, நையாண்டி மட்டும் குறையவில்லை

நாட்கள் நடுத்தர மக்களின் சம்பளம் போல வேகமாக கரைந்தது.

மணி ரெஜிஸ்டர் மேரேஜ் செயல்முறை என்னவென்று தெரிந்துகொண்டு அதை மற்ற மூவரிடமும் சொன்னான். மணி விளக்கிய

பிறகு பதிவு திருமணம் சினிமாவில் காண்பிக்கப்படுவது போல் சாதாரண காரியம் அல்ல என தெரிந்து கொண்டார்கள்!

18 வயது நிரம்பியதற்கான சான்று, முகவரி ஆதாரம் என பல தேவையான ஆவணங்களை கவினிடமும், சுவாதியிடமும் பெற்றுக்கொண்டான் தீபன். பின் கலப்பு திருமணம் என்பதால் அதற்கு தனியாய் ஒரு விண்ணப்பம் என இதை எல்லாம் ஒன்று சேர்த்து விண்ணப்பத்தை பூர்த்தி செய்து, அதை பதிந்து அறிவிப்பு பலகைக்கு சுவாதி, கவின் கல்யாணம் காகிதத்தை கொண்டுவருவதற்குள் தீபனுக்கு தலையே சுற்றிவிட்டது. "சத்தியமா லவ் மேரேஜ் மட்டும் பண்ணவே மாட்டேன்" என உறுதி மொழி எடுத்துக்கொண்டான் தனக்குள்.

பொதுவாக கல்யாணம் பற்றி அறிவிப்பு பலகையில் ஒட்டிய பிறகு முப்பது நாள் வரை யாரும் ஆட்சேபனை தெரிவிக்க அவகாசம் கொடுப்பார்கள், எந்த ஒரு வில்லங்கமும் இல்லை என முடிவான பின் தான் கல்யாணத்தை பதிவு செய்வார்கள், இது நடைமுறை.

மகேந்திரன் தன் பங்கிற்கு சுவாதியின் குடும்பம், முக்கியமாக அவள் தந்தை பற்றி விசாரித்து கொண்டான். அவன் மற்ற மூவரிடம் பகிர்ந்தது "நல்லா கேட்டுக்கங்க. சுவாதி அப்பா கோவக்காரர் மட்டுமில்ல, நல்ல அரசியல் தொடர்பும் வெச்சிருருக்கார். அவருக்கு நிறைய வியாபாரம் இருக்கு. எண்ணெய் குடோன், நூத்திஐம்பது ஏக்கர் விவசாய பூமி, ஒரு ஹோட்டல் இருக்கு இது தான் எனக்கு தெரிஞ்சது... இதுக்கு மேலயும் இருக்கலாம் எனக்கு தெரியல. அப்புறம் மணி, உனக்கான விஷயம் சுவாதியோட தாய் மாமனுக்கும் இவங்க குடும்பத்துக்கும் பேச்சு வார்த்தை இல்லை"

மணி சொன்னான் "அவங்க அப்பாவை பத்தி கேட்டதே அடி வயத்துல அடுப்பை வெச்சமாதிரி இருக்கு. தற்கொலைன்னு முடிவான பின்னாடி தூக்கா இருந்தா என்ன, தண்டவாளமா இருந்தா என்ன?" கவினை முறைத்தபடி. கவின், இதனிடையில் பாஸ்போர்ட் எடுக்கும் வேலையை முடித்திருந்தான்.

கல்யாண நாள் வந்தது! ஆவின் சுவாதி காதலர்கள் என்ற இடத்திலிருந்து கணவன் மனைவி என்ற ஸ்தானத்திற்கு உயரும் நாள் வந்தது! பதிவு துறை அலுவலகம் இதுவரை பார்த்திராத ஒரு சம்பவத்தை பார்க்கப்போகும் நாள் வந்தது! மணி, மகேந்திரன், தீபன் அவர்களது வீரத்தை சோதித்து பார்க்கும் நாள் வந்தது!

வழக்கம் போல் பத்திர அலுவலகம் காலையில் திறக்கப்பட்டு செயல்பட தொடங்கியது.

முதல் ஜோடியாக சுவாதியும், கவினும் தயாராக இருந்தார்கள். சாட்சிகளாக மணி, தீபன், மகேந்திரனும் தான். இதில் தற்காப்புக்கு மூன்று சிலம்பம் வேறு எடுத்து வைத்திருந்தான் மணி. இதை பார்த்து கவின் "இது எதுக்கு டா" என கேட்க
"மச்சி, நல்ல நாள் அதுமா என் வாய கிளறாத. கிளம்பு" என முதல் முறை மென்மையாக பதில் சொன்னான் மணி.

பதிவாளர் வர சற்று தாமதம் ஆனது.

கையை பிசைந்தபடியே உட்கார்ந்திருந்தான் கவின். "ஒன்னும் டென்ஷன் ஆகாத" என கவினை சாந்தப்படுத்தினாள் சுவாதி

"நான் போய் ரெஜிஸ்திரார் எப்போ வருவாருன்னு கேட்டுட்டுட்டு வரேன்" என சொல்லி மகேந்திரன் செல்ல முனைப்பட்ட அந்த வேளையில் பதிவாளர் வந்து அமர்ந்தார். சுவாதி, கவினது விண்ணப்பம் வந்து சேர்ந்தது அவர் மேஜைக்கு. கல்யாண ஜோடி அழைக்கப்பட்டார்கள்.

இருவரையும் பார்த்த பதிவாளர் "உன் பேர் என்னமா?" என்றார்

"சுவாதி" என பதில் வர, "உன்னை எங்கயோ பார்த்த மாதிரி இருக்கே?" என சொன்னார் பதிவாளர்.

இதை கேட்டு பகீர் என ஆனது கவினுக்கு, மற்ற மூவருக்கும் தான்

"எந்த ஊரு?" என கேட்டார் பதிவாளர், சுவாதி அவளது ஊரை சொன்னாள்.

விண்ணப்பத்தை முழுதும் பார்த்து "கலப்பு திருமணம்! பேரன்ட்ஸ் கான்செண்ட் இல்ல!! கொஞ்சம் வெயிட் பண்ணுங்க" என சொன்னார் பதிவாளர்

"எதுக்கு சார்" என சுவாதி கேட்க, "இன்டெர் காஸ்ட் மேரேஜ் மா. கொஞ்சம் ப்ரொசீஜர் இருக்கு. ஜஸ்ட் தர்ட்டி மினிட்ஸ் தான். வெயிட் பண்ணுங்க ப்ளீஸ்" என்றார்.

தீபன் ஏதோ தப்பாய் உணர்ந்தான்.
"நான் எல்லா டாகுமெண்ட்ஸும் சரியா தான் குடுத்தேன்! அப்புறம் ஏன் இந்த ஆளு வெய்ட் பண்ண சொல்லுறான்" என மணியிடமும், மகேந்திரனிடமும் சொன்னான்.
"மச்சி, எனக்கு லேசா கிலி அடிக்கிது" என மணி சொல்ல, "டேய் பயத்தை காட்டிக்காத, கவின் இன்னும் டென்ஷன் ஆகிடுவான்" என்றான் மகேந்திரன்
தர்ட்டி மினிட்ஸ் என்று சொன்ன பதிவாளர் அடுத்த ஐந்து நிமிடத்தில் அவர் இருக்கையில் இல்லை. சில நிமிடங்கள் கழித்து தான் வந்தார். முப்பது நிமிஷம் போனது ஆனால், திருமண ஜோடியை யாரும் கண்டுகொள்ளவே இல்லை.
பொறுமை இழந்த சுவாதி நேராக பதிவாளரிடம் சென்றாள் "என்ன சார் இன்னும் வெயிட் பண்ண வைக்கிறீங்க? எல்லா

டாகுமெண்ட்ஸும் தான் குடுத்திருக்கோமே?" என்று முறையிட்டாள்.

"ஜஸ்ட் பைவ் மினிட்ஸ். அடுத்து உங்களைத்தான் கூப்பிடப்போறேன்" என்றார் பதிவாளர்.

"சரி, அஞ்சு நிமிஷம் தானே. நாங்க இங்கயே நிக்கிறோம்" என சொல்லி கவினையும் அழைத்து அதே இடத்தில் நின்றாள் சுவாதி.

இரண்டே நிமிடத்தில் பதிவாளர் மேஜையில் இருந்த டெலிபோன் ஒலித்தது. அதை எடுத்து பேசிய பின் பதிவாளர் சொன்னார் "அம்மா, உங்க வீட்டுல இருந்து ஆளுக வந்து இருக்காங்க. எதா இருந்தாலும் வீட்டுல போய் பேசிக்க" என சொல்லி அவர்களது கல்யாண விண்ணப்பத்தை தூக்கி அடுத்த மேஜையில் போட்டார்.

தீபன் "சார், எதுக்கு இப்போ பைலை தூக்கி அந்த டேபிள்ல போடுறீங்க? இப்போ கல்யாணத்தை ரெஜிஸ்டர் பண்ணுவீங்களா மாட்டிங்களா?" சற்றே உரத்த குரலில் கேட்க "வெளிய போய், உன் மச்சானுக கிட்ட கேளு சொல்லுவாங்க. யாருயா அங்க, இந்த கூட்டத்தை அப்படியே வெளியே அனுப்பு" என கட்டளையிட்டார் பதிவாளர்.

ஐந்து பேரும் வெளியே வந்தனர், சுவாதியை ஒரு மேஜையில் அமர செய்து விட்டு, அடுத்து என்ன செய்யலாம் என பேச நால்வரும் பதிவு அலுவலகம் தாண்டி வெளியே வந்தார்கள். அங்கே ஒரு வேனில் பத்து பதினைந்து பேர் நின்று கொண்டிருந்தனர், அவர்களை உற்று பார்த்த மணி "மச்சி நம்ம சிலம்பம் சுத்துற இடத்துல இருக்கும் அந்த நாற்பது வயசு அன்கல்ஸ் நிக்கிறாங்கடா" என்றான்.

அதே சமயம் அலுவலகத்தினுள் இருந்து வெளியே வந்த ஒருவர், அந்த அன்கல்சுக்கு, நால்வரையும் கை காட்டி டக்கென உள்ளே சென்றார்.

உடனே அந்த தடி தாண்டவராயர்கள் போல இருந்த அன்கல்ஸ், இவர்கள் நால்வரையும் நோக்கி ஓடிவர. மணிக்கு புரிந்தது சண்டைக்கு தயாராக வேண்டுமென. கிடுகிடுவென ஓடி சென்று சிலம்பங்களை எடுத்து வந்தான், ஓடி வந்த வேகத்தில் அதில் ஒன்றை கீழே தவிரவும் விட்டுவிட்டான். தீபனிடமும், மகேந்திரனிடமும் கொடுத்தான்.

மகேந்திரன் "உன்னோடது எங்க டா" என மணியை பார்த்து கேட்க

மூச்சு இறைக்க இறைக்க நின்ற மணி "எதை கேக்குற?" என அப்போதும் நக்கலாய் பதில் சொன்னான்

"டேய் மணி, எந்த நேரத்துல டா டபுள் மீனிங் பேசுற?" என அங்கலாய்ப்பாய் பார்த்தான் கவின்

"சிலம்பம் எங்கயோ கீழே விழுந்துடுச்சு. இதை வச்சி சமாளிப்போம்" என்றான் மணி, கெஸ்சு வாங்க.

மணி சொன்னதை கேட்டு சிரித்தார்கள் சண்டையிட வந்தவர்கள் "டேய் பசங்களா, யாரோ ஒரு பொண்ண கூட்டிகிட்டு ஏதோ தெரியாம கல்யாணம்னு வந்துட்டீங்க. மரியாதையா இங்க இருந்து கிளம்பிடுங்க. நாங்க சண்டை செஞ்சா உங்க எலும்பு நொறுங்கிடும்" என எச்சரிக்கை விடுத்தார்கள். கவின் ஒரு அடி பின் நகரவில்லை, ஏதுவாய் இருந்தாலும் எதிர்த்து பார்க்க தயாரானான். தோளோடு தோள் நின்றார்கள் மூவரும். தீபனும், மகேந்திரனும் சிலம்பத்தை இறுக பிடித்தார்கள்.

"இவனுகளுக்கு வாயில சொன்னா புரியாது" என சொல்லி ஒரு கடோத்கஜன் நாள்வரை நோக்கி ஓடிவந்தான்.

அப்போது மூன்றாவதாக ஒரு சிலம்பம், இடி விழுந்தது போல் சத்தம் எழுப்பி தரையில் இறங்கியது! ஓடி வந்தவன் வேகத்தை சட்டென குறைத்தான்.

யாரை பார்த்து பயப்படுகிறான் என நால்வரும் திரும்பி பார்த்தனர், அங்கே சிலம்பத்தோடு நின்றுகொண்டிருந்தாள் சுவாதி, சூலம் ஏந்திய பார்வதி போல.

அவள் எடுத்து வைத்த ஒவ்வொரு அடிக்கும், சண்டையிட வந்தவர்கள் பின்வாங்கினார்கள்.

அதில் ஒருவன் "தாஸ் நீ எப்படி மா இங்க?" என்றான்.

மணி "தாஸா....." என வாயை பிளந்தான், நால்வரும் தான்.

சுவாதி வந்த கும்பலை பார்த்து சொன்னாள், "நான் தான் இங்க கல்யாண பொண்ணே, அதுல யாருக்காவது பிரச்சனையா?" என்றாள் மெல்லிய குரலில் மணி சொன்னான் "இனிமே கவினுக்கு மட்டும் தான் பிரச்னை"

"தாஸ், உன் நல்லதுக்காகத்தான் சொல்றோம் இவனுகள விட்டுட்டு எங்க கூட வந்துடு. உங்க அப்பா எங்களுக்கு வாத்தியார் மட்டுமில்ல தெய்வம் மாதிரி" என்றான் முன்வரிசையில் நின்றவன்.

மகேந்திரன் சொன்னான் "ஏன்னது சுவாதி அப்பா சிலம்பும் வாத்தியாரா?"

குண்டர்கள் கூட்டத்தில் ஒருவன் சத்தமிட்டான் "ஏன்டா எங்க வாத்தியார் மைதானத்துல சண்டை கத்துக்கிட்டு, அவர் பொண்ணையே தூக்கிட்டு வந்து இருக்கீங்க, வெக்கமா இல்ல"

நால்வரும் ஒருவர் முகத்தை ஒருவர் பாவமாய் பார்த்துக்கொண்டனர்.

"தாஸ், ஐயாவுக்கு நீ இங்க இருக்குறது தெரியாது, நாங்க வந்ததும் தெரியாது. உங்க மாமா இந்த ஆபீசுல நடக்குற கல்யாணத்தை நிறுத்த சொன்னாரு, எங்களுக்கு அவ்வளவு தான் தெரியும். பேசாம எங்க கூட வந்துரு. இவனுகளை நாங்க விட்டுடுறோம்" என்றான் இன்னொருவன்.

மணி சொன்னான் "என்னடா விசாரிச்சீங்க! நான் சொன்னமாதிரி ஒரு மாமன்காரன் தான்டா வில்லன்!!"

சுவாதி கம்பீரமாக சொன்னாள் "இது என் புருஷன், அந்த மூணு பேரும் என் புகுந்தவீட்டுகாரங்க. யாரு மேலயாவது ஒரு கீறல் விழுந்துச்சு பழைய தாஸை பார்க்கவேண்டிவரும்"

மணி கவினிடம் சொன்னான் "மச்சி ஏதோ, பாட்ஷா மாதிரி கதை இருக்கும் போல இருக்கு"

"டேய், எனக்கு ஏற்கனவே டவுசர் கிழிஞ்ச மாதிரி இருக்கு, நீ வேற டா" என புலம்பினான் கவின்.

மணி "கவிதையா எழுதுற. இனி உனக்கு தினம் தினம் டவுசர் கிழியப்போகுது" என்றான் சிரித்துக்கொண்டே. மகேந்திரனும், தீபனும் லேசாக சிரிக்க ஆரம்பித்தார்கள்.

இவர்கள் சிரிப்பதை பார்த்த ஒருவனுக்கு கோபம் உச்சிக்கு ஏற "என்னடா எங்க பொண்ண தூக்கிட்டு சிரிக்கிறீங்களா?" என கத்தி அவர்களை அடிக்க ஓடி வந்தான், அவனை தொடர்ந்து சிலர் வந்தார்கள். மற்றவர்கள் பின்வாங்கிவிட்டார்கள்.

சிலம்பம் சுழற்ற ஆரம்பித்தாள் சுவாதி, காற்றை கிழித்து ஒலி எழும்பியது. தொடர்ச்சியாக குண்டர்கள் எவ்வளவு முயன்றும் அவர்களுள் ஒருவர் கூட நால்வர் அருகில் வர முடியவில்லை.

சுவாதியின் சிலம்பத்திற்க்கு பதில் சொல்ல இயலாமல், வந்தவர்கள் பின்வாங்கி விட்டனர்.

இது வேலைக்காகாது என தெரிந்து திரும்பி சென்றுவிட்டனர்.

கவின் சுவாதியை ஆச்சர்யத்தோடும், பயத்தோடும் பார்த்து கேட்டான் "உன் பேரு தாஸா?"

"ஆமா கவின், எங்கப்பாவோட பிரெண்ட் ஒருத்தர் நான் சின்ன பொண்ணா இருக்கும்போது இறந்துட்டாரு. அவரு ஞாபகமா எனக்கு தாசுன்னு செல்லப்பெயர் வெச்சு எனக்கு சிலம்பமும் சொல்லித்தந்தாரு அப்பா" என பின் கதையை சுருக்கமாக சொன்னாள் சுவாதி, "சரி வாங்க உள்ள போகலாம்" என நால்வரையும் அழைத்து சென்றாள். பேய் அறைந்தவர்கள் போல் நால்வரும் அமைதியாக அவள் பின்னே சென்றார்கள்

இவர்கள் உள்ளே செல்வதற்குள் வெளியே நடந்த விஷயம் பதிவாளர் காதுகளுக்கு சென்றது. ஐவரும் பதிவாளர் மேஜை அருகில் வரும் முன்னமே, சுவாதி-கவின் விண்ணப்பம் தயாராக இருந்தது.

"வாங்க மேடம், உங்க பைல் ரெடி. தாலி கட்டி, மாலையை மாத்திக்கோங்க, இங்க சைன

பண்ணுங்க" என்றார் பயத்துடன், சிலம்பம் ஏதும் அலுவலகம் உள்ளே வரவில்லை என சுற்றி பார்த்து உறுதிப்படுத்திக்கொண்டார்.

கவின் ஒரு வீரத்தமிழச்சி தன் மனைவியாவதை பெருமையாக நினைத்து தாலியை கட்டினான்.

"ஒரு கிடாகிட்ட சிங்கம் கழுத்தை நீட்டுறதை இப்போ தான் பார்க்குறேன், வாட் ய மிராக்கள்" என்றான் மணி.

கல்யாணம் முடிந்தது, அடுத்த சில நாட்களில் கல்லூரி முடிந்தது. இருவர் வீட்டிலும் திருமணத்தை ஏற்கவில்லை. முன்பே யூகித்ததுதானே!

சுவாதி கடைசியாய் வீட்டிற்கு போனபோதே அவளது அனைத்து சான்றிதழ்களையும், பாஸ்போர்டையும் எடுத்து வந்திருந்தாள். பரீட்சை முடிந்து இரண்டுவாரங்களுக்கு பிறகே சென்னையில் வேலையில் சேரவேண்டும் சுவாதி. அதுவரை எங்கே தங்குவது என தெரியாமல் தடுமாறிய போது தீபன் அவர்களை தன் வீட்டிற்கு கூட்டிச்சென்று அவன் அம்மாவிடம் அறிமுகப்படுத்தி, இரு வாரங்களுக்கு அவர்கள்

தங்க அனுமதி கேட்டான். அவன் அம்மா உடனே சரி என சொல்லி சுவாதியை தன் மகள் போல் கவனித்து கொண்டார்.

ஒரு மாதம் முடிந்து சுவாதி வேலைக்கு சேர சென்னைக்கு செல்ல தயாரானாள். அப்போது தீபன் சுவாதிக்கு ஒரு செல்போன் பரிசாக கொடுத்தான், கவினுக்கும் தான். "இனிமே இதுல நீங்க தொடர்ந்து பேசலாம், சிம் ரெடியா இருக்கு" என்றான் தீபன். முதல் முறை ஒரு செல்போனை சொந்தமாக கையில் பிடித்த சந்தோசம் இருவருக்கும்.
"எதுக்குடா தீபா" என கவின் கேட்க, "இருக்கட்டும் டா, அப்புறம் நீங்க எப்படி பேசிக்குவீங்க?" என சொல்லி "நீ பஸ் ஏத்திவிட்டுட்டுவா கவின்" என்றான். அவர்களை தனியாக பேச விட்டு சென்றான். சுவாதியின் கண்களில் லேசாக கண்ணீர், கவினுக்கு உள்ளுக்குள் அவளை பிரிய முடியாமல் வேதனையாக இருந்தது. ஆனால் அதை காட்டிகொல்லாமல் "சுவாதி அழுகாத, நீ ரொம்ப தைரியமான பொண்ணு. சீக்கிரம் நாம ஒண்ணா இருப்போம்" என்றான். ஒரு முறை கட்டி அணைத்தாள் சுவாதி. கல்யாணத்திற்கு

பின் இப்போதுதான் அவர்கள் ஒருவரை ஒருவர் தொடுகிறார்கள். சிலிர்த்து போய் நின்றான் கவின், வேதனை இன்னும் கூடியது. அவளை பேருந்தில் ஏற்றி விட்டு, அது புறப்படும் வரை காத்திருந்தான் கவின். சில தூரம் பேருந்து சென்றவுடன் அவன் கண்களில் கண்ணீர் கொட்ட ஆரம்பித்தது, தீபனின் தோளில் சாய்ந்து அழ ஆரம்பித்தான். இதை கவனித்த சுவாதி மீண்டும் அழ ஆரம்பித்தாள். காதல்!!!

ஹ...ஹலோ!

"அம்மா, நான் பாட்டுக்கு என் கதையை சொல்லிக்கிட்டு இருக்கேன்... உங்களுக்கு தூக்கம் வந்தா படுங்க" என்றாள் சுவாதி.

"சுவாதி, இந்த பிளைட் டர்புலன்சுல ஆடுறதைவிட உங்க கல்யாணத்துல நடந்த அதிரடி சூப்பர். நீ சொல்லிகிட்டே இரு, நான் கேட்டுகிட்டே இருப்பேன்" என்றார் சரஸ்வதி

"இதுக்கு மேல வெறும் எமோஷன் தான்... பரவாயில்லையா?" என்றாள் சுவாதி

சரஸ்வதிக்கு ஒரு சந்தேகம் எழுந்தது, சுவாதியும் அவரும் சந்தித்து சில மணி நேரங்களே ஆகிறது ஆனால் அவளது கதையை மிகவும் வெளிப்படையாக தன்னிடம் சொல்ல காரணம் என்ன? தன்னை அவள் இவ்வளவு நம்ப காரணம் என்ன?

"இங்க என்ன மாதிரி நிறைய பேர் இருக்காங்க, ஆனா ஏன் என்கிட்ட உன் கதையை சொன்ன?" கேட்டார் சரஸ்வதி

"இங்கே நிறைய பேர் இருக்கலாம், ஆனா என்னோட அம்மா பேர்ல நீங்க மட்டும் தான்

இருக்கீங்க" என்றாள் சுவாதி. சுவாதியின் அம்மா பெயரும் சரஸ்வதி தான். சுவாதி தன் தோளில் மெதுவாய் சாய்ந்தது, கையை இறுக பற்றியதன் காரணம் புரிந்தது சரஸ்வதிக்கு.

அப்போது உணவு பரிமாறப்பட்டது, சுவாதி உணவுத்தட்டை சீராக வைத்து "சாப்பிடுங்கமா" என சொன்னாள்.

ஒரு வாய் எடுத்து சாப்பிட்டுவிட்டு "இது என்னமா உப்பே இல்ல, சப்புன்னு இருக்கு" என்றார் சரஸ்வதி. "நாம தான்மா சேர்த்துக்கணும்" என சொல்லி தட்டில் இருந்து சின்ன உப்பு கவரை பிரித்து கொடுத்தாள் சுவாதி. இருவரும் சாப்பிட்டு முடித்தார்கள். "நாலுபேர் பத்தியும், உன்னை பத்தியும் சொல்லிட்ட. இப்போ நாதன் வந்த கதையை சொல்லு" என்றார் சரஸ்வதி "முதல்ல நாங்க US வந்த கதையை சொல்லிட்டு, அப்புறம் நாதன் வந்த கதையை சொல்லுறேன்" என சொல்லி ஆரம்பித்தாள் சுவாதி.

நாதன் வந்த கதை;
மணி தன்னை தேர்வு செய்த நிறுவனத்தில் வேலைக்கு சேர்ந்தான், மகேந்திரன்

மேல்படிப்புக்கான தேர்வில் தேர்ச்சி பெற்று கான்பூர் கல்லூரியில் சேர தயாராய் இருந்தான், வேலைக்காக சென்னை வந்துவிட்டாள் சுவாதி, இது நாள் வரை தன் அம்மா கவனித்துக்கொண்ட வியாபாரங்களை பார்த்துக்கொள்ள துவங்கினான் தீபன், கவின் மட்டும் வாழ்க்கையின் பயம் துரத்த துரத்த என்ன செய்வதென தெரியாது குழப்பத்தில் இருந்தான். தீபனிடம் அவன் செய்யும் வியாபாரத்தில் எதிலேனும் ஒரு சின்ன வேலையாவது அவனுக்கு கொடுக்கும் படி கோரிக்கை வைத்தான் கவின், எந்த சம்பலமானாலும் பரவாயில்லை என்றான். தீபனோ "மச்சி, நீ மொதல்ல செய்யவேண்டியது, உனக்கு இருக்கும் அரியர்ஸ் எப்படியாவது க்ளியர் பண்ண முயற்சி செய், அது தான் முக்கியம். வீட்டுல உட்கார்ந்து படி. என் ஆபீஸ்ல வேலை செய்யறவங்க எனக்கு கொடுக்குற மரியாதையை உனக்கும் தரனும்ன்னு நான் எதிர்பார்ப்பேன். நான் இருக்கும் வரைக்கும், நீ என் கூட இருக்கும் வரைக்கும் கவினும் முதலாளிதான்" என்றான்

இதை கேட்ட நிமிடம் கவினுக்கு சந்தோசம் இருந்தாலும், மற்ற எல்லோரும் ஏதோ ஒரு பிடிப்புடன் வாழ்க்கையில் நரகர்ந்து கொண்டிருக்கையில், தன் வாழ்க்கை கடிகாரத்தில் வினாடி முள் கூட ஓடாமல் இருப்பது போல் உணர்ந்தான் கவின். படிப்பில் சோபிக்காமல் போனாலும், கவின் சோம்பேறி இல்லை, கடினமாக உழைக்க எப்போதும் தயாராக இருந்தான்.

கவினுக்கு இரண்டே ஆறுதல் தான் ஒன்று - ஒவ்வொரு நாள் இரவும் அவனுக்கு சுவாதியிடம் இருந்து வரும் அலைபேசி அழைப்பு, இரண்டு - பத்து நாட்களுக்கு ஒரு முறையாவது நால்வர் கூட்டணி சந்தித்து பேசி மகிழ்வது.

"இப்படியே இரண்டு மாதங்கள் ஓடின, பின் ஒரு நாள் சுவாதி அழைத்து நமக்கு வாடகை வீடு பாத்துட்டேன். நீ சென்னைக்கு கிளம்பி வா, நாம ஒரே வீட்டுல இருக்கப்போறோம்" என சொல்ல, கவினுக்கு ஆனந்த அருவி ஒன்று அவன் மீது கொட்டியதுபோல் இருந்தது. உடனே இந்த விஷயத்தை தீபனுக்கு தெரிவித்தான், அடுத்த நாளே தன்

இரண்டு பைகளை (இப்போதைக்கு அவன் மொத்த சொத்து அவைமட்டும்தான்) எடுத்து கொண்டு சென்னை செல்லும் பேருந்தில் ஏற காத்திருந்தான் உடன் தீபனும் இருந்தான்.

தீபன் "மச்சி, ஏதாவது ஹெல்ப் வேணும்ன்னா கூப்பிடு டா. தினமும் போன் பண்ணுடா. மச்சி சுவாதியை பாத்துகோடா. இந்த ரெண்டு மூணு மாசமா என்கூடவே இருந்துட்டா, இப்போ நீ கிளம்புறது கஷ்டமாயிருக்கு" என கலங்கினான்.

உடனே கட்டி அணைத்துக்கொண்டான் கவின், சில நொடிகள் நட்பில் நினைந்து நகர பின் "நீ இல்லாம நான் என்ன பண்ணி இருப்பேன்னு நினைச்சுக்கூட பாக்கமுடியல, எல்லாத்துக்கும் தேங்க்ஸ் டா, நான் சென்னைக்கு போயிட்டு கூப்பிடுறேன் மச்சி" என சொல்லி புறப்பட தயாரான பேருந்தில் ஏறினான்.

பேருந்து புறப்பட்ட பின் தீபனிடம் இருந்து ஒரு அழைப்பு வந்தது உடனே போனை எடுத்து பேசினான் கவின் "என்ன மச்சி சொல்லுடா"

"மச்சி, உன் ஷோல்டர் பாக், பிரண்ட் ஜிப்ல ரெண்டாயிரம் ரூபா பணம் வெச்சிருக்கேன். பத்திரம்" என்றான்

வெடுவெடுவென பையை திறந்து பார்த்தான் கவின் அதில் இருபது நூறு ரூபாய் நோட்டுக்கள் இருந்தன "எதுக்கு மச்சி வெச்ச?" என கவின் கேட்க

"நீ குடுத்தா வாங்கமாட்ட அதுனாலதான் நானே வெச்சுட்டேன், சரி மச்சி பாத்து போ. போயிட்டு போன் பண்ணு" என சொல்லி துண்டித்தான் தீபன்.

அவன் கையில் இருந்த ஒவ்வொரு பணமும் நட்பின் கணம் கூட்டியது.

அது நேரம், நண்பனை பிரியும் சோகத்தை மனைவியை சேரப்போகும் புத்துணர்வு ஈடுகட்டியது.

அடுத்த நாள் காலை ஆறு மணி சுமாருக்கு, சென்னை மாநகரம் வந்தடைந்தான். அவன் இறங்கியவுடன், சுவாதிக்கு போன் செய்தான்.

"ஹலோ சுவாதி, நான் சென்னை கோயம்பேடு வந்துட்டேன்" என சொன்னான்.

"குட் மார்னிங் டியர். சூப்பர், நான் ஒரு அட்ரஸ் மெசேஜ் பண்ணுறேன் அங்க வந்துடு" என்றாள் சுவாதி

"அடி பாவி, நீ தானே வந்து கூட்டிட்டு போறேன்னு சொன்ன? சென்னைக்கு இது தான்

பர்ஸ்ட் டைம். நான் வெய்ட் பண்ணுறேன் நீ வா" என திடுக்கிட்டு சொல்ல

"எனக்கு ஆபீஸ் சீக்கிரம் போகணும். அங்க வந்து உன்னை கூட்டிட்டு வந்தா லேட் ஆகிடும். ப்ளீஸ் நீயே வந்துடேன்" என சொல்லி இணைப்பை துண்டித்தாள் சுவாதி, அடுத்த நொடி கவினின் போனுக்கு ஒரு மெசேஜ் வந்தது.

தலை சொரிந்தபடி, மெசேஜை படித்தான் கவின். இதுவரை கவின் பார்த்து விலாசங்கள் வீடு என், வீதி பெயர், கிராமத்தின் பெயர் அல்லது ஊரின் பெயர், பின்கோட் என மொத்தம் நான்கு அல்லது அதிக பட்சம் ஐந்து வரிதான் இருக்கும். சுவாதி அனுப்பிய மெசேஜில் ஏழெட்டு வரி இருக்க. படித்து முடிப்பதற்குள் கண்ணாமூழி பிதுங்கியது கவினுக்கு. சரி, அருகில் நின்றுகொண்டிருந்த ஒரு நடத்துனரிடம் "சார், இந்த அட்ரஸ் எப்படி போகணும்" என போனை காட்டி கேட்டான் கவின். போனை பார்த்து பலருக்கு பழக்கமில்லாத காலத்தில் இப்படி கேட்டால்?? அந்த நடத்துனரோ "இன்னா பா, ஒன்னியுமே தெரீலியே! அந்தாண்ட போய் கேட்டுனு போ" என்றார்

இப்படி ஒரு தமிழை இதுவரை கவின் கேட்டது கிடையாது!

அந்தாண்ட நடந்து போய் கொண்டிருக்கையில், அவன் தோளில் ஒரு கை விழுந்தது.

பையில் பணம் வேறு இருந்ததால், வெடுக்கென திரும்பினான் கவின். சுவாதி சிரித்துக்கொண்டு நின்றாள்.

பார்த்தவுடன் இருவரும் கட்டி அணைத்து கொண்டார்கள், சுவாதியின் இரு கண்களோரமும் கண்ணீர் தளும்பியது, "லவ் யு டி பொண்டாட்டி" என கவின் சொன்னதும் தளும்பிய கண்ணீர் ஆனந்தமாய் வழிந்தது.

அதை கவனித்த கவின், அவளின் கவனத்தை மாற்ற, "ஹேய்... எனக்கு அப்பவே டவுட். நீ பொய் சொல்லுறேன்னு. சரியான கேடி டி நீ" என உற்சாகமாய் சொன்னான்.

"நான் உன் பஸ் வர கால்மணிநேரம் முன்னாடியே வந்துட்டேன். நீ எப்படி சமாளிக்கிறேன்னு பாக்கணும்னு தான் சும்மா ஒரு ரீல் விட்டேன். பரவா இல்ல, பெருசா பொலம்பாம உடனே வேலையில இறங்கிட்ட நீ பொழச்சுக்குவ" என்றாள் சுவாதி

"நான் இந்த நேரம் வருவேன்னு நீ எப்படி கண்டுபிடிச்ச?" என கேட்டான் கவின்

"நான் நேத்திக்கே, தீபன் கிட்ட பேசி உன் பஸ் நம்பர், எத்தனை மணிக்கு பஸ் இங்க வரும்னு எல்லாமே விசாரிச்சுட்டேன்" என்றாள் சுவாதி. மலைப்பாய் நின்றான் கவின்.

"சரி வா போகலாம்" என சொல்லி, கவினிடம் இருந்து ஒரு பேகை வாங்கினாள் சுவாதி.

சுவாதி, சின்ன வாடகை வீடு ஒன்றை பார்த்து வைத்திருந்தாள், இருவர் மட்டும் உறங்க இடம் கொண்ட ஒரு தனி அரை, ஒரு குளியலறை என மொத்தமே இரண்டு அறைகள் தான். வீட்டின் அளவு அதிக பட்சம் பத்து அடிக்கு பதிராளு அடிதான்! கவின் வீட்டின் அளவை பார்த்ததும் கலங்கிவிட்டான்,

"உங்க வீட்டுல உன்னோட பெட் ரூம் இத விட பெருசா இருக்கும், இப்போ எனக்காக நீ இந்த சின்ன இடத்துல அட்ஜஸ்ட் பண்ணனும் இல்ல?"

"ஆமா ரூம் சைஸ் எல்லாம் கரெக்ட், ஆனா நீ என் கூட இல்லாம கிடைக்குற எல்லா வசதியும் எனக்கு வெறுப்பு தான் தரும். அதே நேரம் நீ என் கூட இருந்தா, வசதி கம்மியா

இருந்தாலும் வாழ்க்கை நிறைவா இருக்கும்" என சொல்லி, "முதல்ல குளிச்சிட்டு வா" என்று குளியலறை நோக்கி கவினை தள்ளினாள் சுவாதி. குளியலறையை சுத்தம் செய்து வைத்திருந்தாள் சுவாதி, ப்ரஷ், பேஸ்ட், சோப்பு, துண்டு என எல்லாம் தாயாரை இருந்தது. கடந்த இரண்டு மாதங்கள் நடந்தவற்றை பற்றி சுவாதிக்கு சொல்லிக்கொண்டே குளித்தான் கவின். "கவின், பேசினது போதும். சீக்கிரம் குளிச்சிட்டு வா. நான் போய் இட்லி வாங்கிட்டு வந்திடுறேன்" என சொல்லி வெளியே சென்றாள் சுவாதி.

அவன் குளித்துவிட்டு வருவதற்குள், கிழே இருந்த மெஸ் ஒன்றில் இட்லியும் தோசையும் வாங்கிவந்தாள் சுவாதி. குளித்துவிட்டு வந்த கையோடு, இருவரும் சாப்பிட்டார்கள்.

கடிகாரம் எட்டை நெருங்கும் நேரம் "கவின் எனக்கு நேரம் ஆகுது, ஆபீஸ் கிளம்பனும்" என்றாள் சுவாதி. "என்னடி புது புருஷனை விட்டுட்டு போற? சாயந்திரம் நீ வர்றதுக்குள்ள மல்லிகை பூ வாங்கிவைக்கட்டுமா?" என

அவளை பார்க்காது பார்ப்பது போல் கேட்டான் கவின்.

"நீ ஒரு வெங்காயமும் வாங்க வேண்டாம். இந்தா நூறு ரூபாய், சாப்பாட்டுக்கு வெச்சிக்கோ, கீழே மெஸ் நல்லா இருக்கும், வெளியே நான் வெஜ் சாப்பிடாத."

"இதுக்கு நான் ஊருலயே இருந்திருப்பேன்" என முனங்கினான் கவின்

"என்னது?" என சுவாதி கேட்க

"இல்ல, ஊறுகாய் இருந்தா நல்லருக்கும்னு சொன்னேன்" என மழுப்பினான் கவின்.

கவின் சொன்னது என்னவென்று தெரிந்தும் கேளாததுபோல் "சரி, சரி, வெளிய போய் சிட்டி சுத்தணும்னா சுத்தீட்டு வா. பாத்து போயிட்டு வா." என அக்கறையுடன் சொல்லி கிளம்பினாள் சுவாதி.

சுவாதி சென்றவுடன் தீபனுக்கு போன் செய்தான் கவின், அவனோடு அரைமணிநேரம் பேசிவிட்டு பின் மணிக்கும், மகேந்திரனுக்கும் பேசினான். ஒருவேளை காணபிரண்ஸ் கால் செய்யும் வசதி அந்த காலத்தில் இருந்திருந்தால், இவர்கள் நால்வரும் ஒரே நேரத்தில் பேசி மகிழ்ந்திருக்க கூடும்.

ஒரு மணிநேரத்தில் போன் பேசும் வேலை முடிந்தது, அதற்கு பின் என்ன செய்வது என்றே தெரியவில்லை கவினுக்கு. சென்னையின் வெப்பமும் அவனை வாட்டியது. அவன் சட்டைகளை களைந்தான், அப்போது தான் அங்கே ஆடை மாற்ற ஒரு தனி அறை இல்லை என்பதை உணர்ந்தான். தானிருக்கையில் சுவாதி உடைகளைய சிரமப்படுவாள் என்பதையும் புரிந்துகொண்டான். உடனடியாக ஏதேனும் செய்ய முனைந்தான். வீட்டினுள் நடந்தவாறே யோசித்தான், நல்ல யோசனை ஏதும் இல்லை! பின் வெளியே வந்தான் சாலையில் நடந்த படி யோசித்தான், அப்போது சில அட்டைப்பலகைகளும், பெட்டிகளும் குப்பையாக வீசப்பட்டிருப்பதை பார்த்தான். அவனுள் இருந்த மெக்கானிக்கல் ஸ்டூடன்ட் எட்டி பார்த்தான், சில நொடி யோசித்தான் பின் கிடுகிடுவென சில அட்டைகளை அங்கிருந்து எடுத்து கொண்டு படியேறி வீட்டினுள் சென்றான். இதை கவனித்த அக்கம் பக்கத்தினருள் ஒருவர் "யாரு இந்த பையன். வெளியே இருக்குற குப்பைய மறுபடி

எடுத்துனு வீட்டுக்குள்ள போறான்?" என விந்தியாசமாக பார்த்தார். எதை பற்றியும் சிந்திக்காமல், அட்டைகளை வீட்டின் உள்ளே கொண்டு வைத்துவிட்டு. நூறு அடி தூரத்தில் ஒரு மளிகை கடை இருந்தது அங்கே போய் சில பொருள்களை வாங்கிவந்தான். ஒரு பேப்பரும் பேனாவும் எடுத்தான், அறையின் அளவை தெரிந்துகொண்டு தளவமைப்பை வரைதான் பின் அந்த இடத்திற்குள் எப்படி அவன் நினைக்கும் திருத்தத்தை செய்யமுடியும் என பல கோணங்களில் வரைந்து பார்த்தான். பின் ஒரு வடிவமைப்பை தேர்ந்தெடுத்து திட்டமிட்டான், உடனே வேலையில் இறங்கினான். அட்டைப்பலகைகளை அடுக்கி வைத்து 'எல்' வடிவில், ஒருவர் மட்டும் நின்று உடை மாற்ற ஏற்ற படி, ஒரு சின்ன இடத்தை அறையின் ஒரு மூலையில் ஒதுக்கினான். 'சேஞ்சிங் ஸ்பேஸ்' என ஒரு குட்டி அட்டையில் எழுதி தொங்கவிட்டான். அதோடு மட்டுமில்லாமல், மீதம் இருந்த அட்டைகளை வைத்து இன்னும் ஒரு சிறிய 'எல்' வடிவ இடத்தை எதிர்மூலையில் ஒதுக்கினான். அங்கே 'குக், இப் யு கேன்' என எழுதி வைத்தான்.

இவையெல்லாம் செய்து முடிக்கையில் மணி மாலை 3.30 ஆகிவிட்டது. பின் ஒரு குளியலை போட்டு, சின்ன தூக்கத்தையும் போட்டான் கவின்.

சுவாதி மாலை வீடு திரும்பியதும் "கவின், சென்னையில முதல் நாள் எப்படி போ..." என சொல்ல சொல்ல திகைத்து நின்றாள். அங்கே கவின் ஆடை மாற்ற இடம் ஒதுக்கிவைத்திருந்ததை பார்த்து.
"எப்படி, மெக்கானிக்கல் மூளை?" என கவின் கேட்க
"இது மெக்கானிக்கல் மூளை இல்ல, என் மேல இருக்கும் அக்கறை" என்றாள் சுவாதி, உடனே ஓடி சென்று கவினை கட்டிக்கொண்டாள், "தேங்க்ஸ் கவின், வந்ததும் என்னை பத்தி யோசிச்சிருக்க" என்றாள்
"ரொம்ப டைட்டா கட்டிபுடிக்காத கூச்சமா இருக்கு" என்றான் கவின்.
இப்போது சுவாதி சொன்னாள் "இதுக்கு நீ ஊர்லயே இருந்திருக்கலாம்"
"ஒ... காலைல நான் சொன்னது கேட்டுடுச்சா" என தலையை சொரிந்தான் கவின்.

"சரி நான் குளிச்சிட்டு வந்திடுறேன் வெளிய போலாம்" என்ற சுவாதி அடுத்த பதினைந்தே நிமிடங்களில் தயாரானாள்.

பெண்கள் வெளியே செல்ல தயாராகவேண்டுமெனில் குறைந்தது நாற்பத்தைந்திலிருந்து ஒரு மணி நேரமாவது ஆகிவிடும், என சொல்லி கேட்டிருக்கிறான் கவின். அந்த கதை எல்லா பெண்களுக்கும் பொருந்தாது, பல உவமைகளுள் இன்றளவில் உண்மைகள் இல்லை என்பதையும், இங்கே பெண்களும் வேகமெடுக்க ஆரம்பித்துவிட்டனர் என்பதையும் புரிந்துகொண்டான்.

இருவரும் கூட்ட நெரிசல் இல்லாத நகர பேருந்தில் ஏறினார்கள், பின் ஒரு பேருந்து நிறுத்தத்தில் இறங்கி அங்கிருந்து ஒரு டிரைனை பிடித்தார்கள் அது பீச் ஸ்டேஷனில் எல்லோரையும் இறக்கிவிட்டது. வெளியே வந்தார்கள் இருவரையும், ஒரு ஆட்டோகாரரிடம் "அண்ணா, பீச்சுக்கு எந்த வழியா போகணும்?" என சுவாதி கேட்டாள். ஆட்டோகாரரும் "இப்புடிகா நேர போனா பீச் தான்" என்றார்.

சுவாதி இதுநாள் வரை சென்னையில் எங்கும் சுற்றி பார்க்கவில்லை என்பதை புரிந்து கொண்டான் கவின்.

கவினின் கையை பிடித்துக்கொண்டு "மெரினா பீச், இது தான் பர்ஸ்ட் டைம், அதுவும் உன்கூட ரொம்ப எக்ஸைட்டிங்கா இருக்கு" என்றாள்.

"எனக்கு நீ தான் எப்பவுமே எக்ஸைட்டிங்" என்றான் கவின்

"போதும் போதும், ஐஸ் அந்தப்பக்கம் விக்கிறாங்க. நானே போய் வாங்கிக்குறேன்" என்றாள் சுவாதி, வெட்கம் அவள் கன்னத்தில் தெரிந்தது.

அடுத்த ஒரு மணிநேரம் பீச்சில் நடந்தார்கள் இருவரும், ஒரு நொடி கூட கோர்த்தகைகள் பிரியவில்லை. பின் திரும்பி செல்ல ஆயத்தமானார்கள்.

மீண்டும் டிரைன், அதன் பின் ஒரு பஸ் பிடித்து, வீட்டிற்கு வந்து சேர்ந்தார்கள் இருவரும். வந்ததும் நேராக மெஸ்ஸினுள் சென்று பசி தீர சாப்பிட்டு முடித்தார்கள். பின்பு வீட்டின் முன்பு ஒருவர் மீது ஒருவர் சாய்ந்தபடி நின்று வானத்தை பார்த்தார்கள்.

வானம் மூடியிருந்தது, மழை வர வாய்ப்பு இருந்தது "இந்த மழை தான நம்ம ரெண்டுபேரையும் சேர்த்துச்சு?" என்றாள் சுவாதி

"இன்னிக்கும் கூட மறுபடியும் சேர்த்துவைக்கும்ன்னு தோணுது" என சொல்லி ஒரு காதல் பார்வை பார்த்தான்.

"மழை வந்தா பாக்கலாம்" என அவள் சொல்லி முடித்த தருணம், துளி விழுந்தது கோர்த்திருந்த கைகள் மீது. இப்போது காதல் பார்வை சுவாதியையும் தொற்றிக்கொண்டது.

"சரி வா, உள்ள போகலாம்" என சொல்லி கவினின் சட்டையை பிடித்து இழுத்தாள்.

கவினுக்கு புரிந்துவிட்டது, உற்சாகத்துடன் ஒரு புதுவேகத்தில் உள்ளே சென்றான்.

"ஹேய் ப்ரொடெக்சன் இருக்கா?" கேட்டாள் சுவாதி

"என்னது?" புரியாமல் நின்றான் கவின்

"இப்பவே உனக்கு குழந்தை வேணுமா?" என்றாள் சுவாதி

"ஓகே ஓகே.. புரிஞ்சுது" என டியூப் லைட்டை பார்த்து தலையை தட்டிக்கொண்டான்.

அவசரமாக வெளியே ஓடினான், மருந்து கடை எங்கே இருக்கும் என தேடினான். நூறு அடி

தூரத்திலே ப்ளஸ் என்ற சின்னம் இருப்பது தெரிந்தது, புயலாய் பறந்தான் கவின். அருகினில் சென்றவுடன் அதிர்ச்சி! அங்கே ஒரு பெண் மட்டும் தான் கடையில் இருந்தார். அவனது ஊரில், ஆண்கள் கடையில் இருந்தாலே வாங்க வருபவர்கள் கேட்க கூச்சப்படுவார்கள். இங்கே இருப்பதோ ஒரு பெண்! அவனுக்கு வேண்டியதை எப்படி கேட்பது? இப்படி ஒரு சங்கடத்தை அவன் எதிர்பார்க்கவில்லை.

வேறு கடை ஏதேனும் இருக்கிறதா என தேடி பார்த்தான், ஆனால் ஒன்றும் தென்படவில்லை.

சுவாதியிடம் இருந்து அழைப்பும் வந்தது "எங்க இருக்க?" என்றாள்

"தேடிகிட்டு இருக்கேன்" என்றான் கவின்

"நைட் புல்லா தேடிகிட்டே இரு" என காட்டமாய் சொல்லி துண்டித்தாள் சுவாதி.

நேரம் ஆக, ஆக, வேகம் கூட கூட ஒரு கணம் தைரியம் வந்தது கவினுக்கு. நேரே, அந்த பெண் இருக்கும் மருந்து கடைக்கு சென்றான் "ஒரு கா.." என சொல்லும் போது "என்ன பா வேணும்" என கம்பீர குரலில் அந்த பெண் கேட்க

"ஒரு கா...ஒரு கா... கால்பால் குடுங்க" என
காய்ச்சலுக்கு போடும் மாத்திரையின் பெயரை
சொன்னான்.

அந்த பெண் உடனே மாத்திரையை எடுத்து
வந்து, அட்டையிலிருந்து ஒரு மாத்திரையை
வெட்டும்போது, "என்னங்க, இங்க நீங்க மட்டும்
தான் இருக்கீங்களா. வேற அண்ணா யாராவது,
அதாவது ஜென்ட்ஸ் வேலைக்கு
இருக்காங்களா?" என கேட்டான்

"இது என்னோட கடை பா. நான் மட்டும் தான்"
என சொல்லி மாத்திரையை கவினிடம் நீட்டி,
"மூணு ருபாய்" என்றார் அந்த பெண்.

கவினோ கண்முன்னே பலபலவென
ஜொலிக்கும் ஒரு அட்டையினுள் அவனுக்கு
வேண்டியது இருப்பதை பலவீனமாக
பார்த்தபடியே நின்றான். அந்த பெண்ணுக்கு
இவன் சொன்ன 'ஒரு கா...ஒரு கா...'வின்
அர்த்தம் புரிந்தது. இரண்டு அடி பின் சென்றார்
கவினுக்கு வேண்டியதை எடுத்தார் அட்டை
காகிதத்தில் அதை உள்ளே வைத்து "மொத்தம்
முப்பத்தி மூணு ருபாய்" என்றார்

பெருமூச்சு விட்டபடி, தலையை கீழே
பார்த்தபடி அந்த கவரை எடுத்தான்
"தேங்ஸ்லுங்க. இந்தாங்க காசு" என சரியான

சில்லறை கொடுத்து, அந்த பெண்ணின் முகத்தை பார்க்காமல், அடுத்த நொடி சிட்டாய் பறந்தான். அந்த பெண் அவன் வேகமாய் போவதை பார்த்து "இது கேட்க இவ்வளவு யோசிக்கிறான்! பையன் வெளியூர் தான்" என சொல்லி அமர்ந்தார்.

வீட்டினுள் சென்றான் கதவை தாளிட்டான், அவனுக்காக மொத்தமுமாய் காத்திருந்தாள் சுவாதி. நேரத்தை வீணடிக்க இருவருமே தயாராக இல்லை. வெடுக்கென அந்த மருந்து கடை கவரை எடுத்தான் உள்ளே இருந்து மாத்திரை கீழே விழுந்தது "இந்த மாத்திரை எதுக்கு" என சுவாதி கேட்க
"நம்ம ஐட்டத்துக்கு காய்ச்சல் மாத்திரை பிரீ" என்றான் கவின், "யாருக்கு காய்ச்சல் மாத்திரை" என அவள் வினவ, "நம்ம சத்தம் கேட்டு பக்கத்துவீட்டுல யாருக்காவது காய்ச்சல் வந்தா? அதுக்கு" என கவின் சொல்ல. சிரித்தாள் சுவாதி. வில்லென இருக்கும் இடுப்பையும், விளக்கையும் ஒரே நேரத்தில் அணைத்தான் கவின். சுவாதியின் சிரிப்பும், அந்த அறையில் சப்தமும் அடங்கியது. அன்றிரவு நல்ல மழை பெய்தது.

மழையால் சென்னை வானிலையில் வெப்பம் தணிந்தது. கவினுக்கும், சுவாதிக்கும் தான்.

அடுத்த நாள் சுவாதி வேலைக்கு கிளம்பியவுடன், கவினும் வீட்டை பூட்டிவிட்டு வெளியே சென்றான். நேராக அம்பத்தூர் பஸ் ஏறினான், அங்கே இறங்கினான். அவன் அங்கே செல்ல காரணம்; ஆசியாவின் மிக பெரிய தொழில்துறை எஸ்டேட் அம்பத்தூரில் தான் இருக்கிறது என கல்லூரி நாட்களில் வாத்தியார்கள் சொல்ல கேள்விப்பட்டிருக்கிறான் கவின். அங்கே அவனுக்கு ஏதேனும் வேலை கிடைக்கும் என்ற நம்பிக்கையோடு சிறிய, பெரிய தொழிற்சாலைகள் இருக்கும் வீதிகளில் சுற்றித்திரிந்தான். ஒவ்வொரு தொழிற்சாலை பார்க்கும் போது, முன் வாயிலில் பாதுகாப்பில் இருப்பவரிடம் சென்று அந்த ஆலையில் ஏதேனும் வேலை இருக்கிறதா என கேட்டு பார்த்தான். எல்லோரும் 'வேலை இல்ல பா' அவனை விரட்டவே செய்தனர். மாலை நான்கு மணிக்கெல்லாம் திரும்பி வீட்டிற்கு சென்றான். சுவாதி வரும் முன் அங்கே இருந்தான்.

அடுத்த நாளும் சுவாதி கிளம்பியவுடன், அம்பத்தூர் சென்றான் இந்த முறை நேற்றைய தினம் நடந்த பாதைக்கு எதிர் திசையில் நடந்தான். எல்லாம் சிறு சிறு கம்பனிகளாக இருந்தன. ஒன்று அல்லது இரண்டு மெஷின்கள் மட்டுமே இருக்கும் கம்பனிகளாக இருந்தன. கவினுக்கு இங்கே வேலை கிடைக்கும் என்ற நம்பைக்கை மங்கஆரம்பித்தது, எனினும் விடாது நடந்தான், அடுத்த சாலை திரும்பும் முனையில் ஒரு மின்கம்பத்தில் தொங்கிக்கொண்டிருந்த 'மெஷின் ஒட்டும் வேலைக்கு ஆள் தேவை, தொடர்புக்கு - xxxxxx' என்ற விளம்பர தட்டியை பார்த்தான். பல நாள் பசியில் இருந்தவன், பழ தட்டை பார்த்தவன் கண்கள் போல் விண்ணளவு விரிந்தது அவன் கண்கள். உடனே போனை எடுத்தான், அந்த xxxxxx' எண்ணுக்கு தொடர்பு கொண்டான். அடுத்த சந்தில் உள்ள அந்த கம்பனிக்கு கவினை வரச்சொன்னார்கள். காதலுக்கு மட்டுமே பயன் பட்ட அந்த கைபேசி, முதல் முறை கடமைக்காக பயன் பட்டது. அந்த கைபேசிக்கும், அதை தன கையில் கொடுத்த தோழனுக்கும் நன்றி சொன்னான் கவின்.

அந்த கம்பனி சென்றான். அங்கே வேலை என்னவென்று சொன்னார்கள், அவன் என்ன படித்திருக்கிறான் என அங்கிருந்த சூப்பர்வைசர் கேட்டார்.

கவின் பொறுமையாய் சொன்னான் "அண்ணா, நான் இன்ஜினியரிங் படிப்பு படிச்சிருக்கேன். ஆனா இன்னும் பட்டம் வாங்கல, இன்னும் மூணு பேப்பர் பாஸ் பண்ணனும். இந்த மெஷின் இதுக்கு முன்னாடி ஓட்டுனது இல்லை, ஆனா நிச்சயமா சீக்கிரம் கத்துக்குவேன்" என்றான். அந்த சூப்பர்வைசருக்கோ இன்ஜினியரிங் படித்தவர்களை கண்டால் பிடிக்காது! காரணம்; நிகழ்நேரத்துக்கு தேவையான எந்த திறமையும், இல்லாமல் புத்தகம் மட்டும் படித்துவிட்டு வந்து எல்லாம் தெரிந்தவராகள் போல் நடந்துகொள்ளும் சிலரை அவர் பார்த்திருக்கிறார் அப்படி பட்ட ஒரு இளம் இன்ஜினீர் ஒருவனால் தான் வேறு ஒரு கம்பனியில் வேலையை விட்டுவிட்டு இங்கே வந்து வேலை செய்கிறார். அதனால் பொதுவாக 'இன்ஜினியரிங் படிச்சிருக்கேன்' என யார் சொன்னாலும், அவர்களை மேலும் கீழுமாக பார்ப்பார்! கவினையும் பார்த்தார்,

"வேலை இல்லை கிளம்பு" என சொல்ல வந்த நேரம், கம்பனியின் உரிமையாளர் பைக்கை நிறுத்திவிட்டு உள்ளே வந்தார். கவின் நிற்பதை பார்த்துவிட்டு "என்ன சுந்தரம், யாரு இந்த பையன்?" என சூப்பர்வைசரை பார்த்து கேட்டார்.

சுந்தரம் சொன்னார் "அய்யா, வேலை கேட்டு வந்திருக்கான். ஆனா மெஷின் ஓட்ட தெரியாதுங்கிறான்யா. திரும்ப அனுப்பிச்சிடவா"

"அட என்ன சுந்தரம், மெசின் ஓட்ட ஆள் இல்லாம இருக்கோம்! நீ உள்ள வா பா" என சொல்லி அவருக்கான மேஜஜக்கு போய் அமர்ந்தார். அவர் பின்னே கவினும் சென்றான். சுந்தரம் முறைத்தபடியே கவின் போவதை பார்த்தார்.

முதலாளி கவினை விசாரித்தார், கவின் அவனது ஊர், எந்த கல்லூரியில் படித்தான், இன்னும் எத்தனை பேப்பர் பாஸ் பண்ணவேண்டி உள்ளது, இந்த மெஷின் ஓட்ட தெரியாது என்பது வரை என எல்லா வற்றையும் சொல்லிவிட்டான். ஆனால் சொன்னவற்றை தெளிவாக பயமில்லாமல்

பணிவோடு சொன்னான். அந்த முதலாளி இதுவரை இன்ஜினியரிங் பட்டதாரிகள் ஆங்கிலத்தில் பேசி சோக்கு காட்டியதை மட்டும் தான் பார்த்திருக்கிறார், கவின் முற்றிலும் வேறுபட்டிருந்தான். அவனது தன்மை அவருக்கு பிடித்துப்போய்விட்டது. சூப்பர்வைசரை உள்ளே அழைத்தார், அவர் உள்ளே வந்ததும் "சுந்தரம் இந்த பையன வேலைக்கு எடுத்துக்கலாமா?" என கேட்டார் சூப்பர்வைஸரோ "ஐயா, இந்த பையன் மெஷின் ஓட்டுனது இல்ல. எவ்வளவு சீக்கிரம் கத்துக்குவான்னு தெரியல..." என யோசித்தபடி தன் முடிவை சொல்லாமல் இழுத்தார்.

உடனே "தம்பி, நீ நாளைக்கு இருந்து வா. ஒரு வாரம் பார்ப்பேன், நல்ல வேலை கத்துக்கிட்டா நீ தொடர்ந்து வேலை செய்யலாம். இல்லைனா வேற வேலை பார்த்துக்கணும். அப்புறம், மாசம் ரெண்டாயிரம் ரூபா தான் சம்பளமா கொடுப்பேன் சரியா?" என்றார் முதலாளி.

சந்தோசமாக "ஓகே சார்" என்றான் கவின்.

மிகவும் சிறு கம்பனி. கழிவறை வசதி கூட இல்லை. பக்கத்திலிருக்கும் பொதுக்கழிவறையை தான் பயன்படுத்தவேண்டியிருக்கும்.

இவை எல்லாம் அவனுக்கு பெரிதில்லை, அவனுக்கு பெரிதாய் தெரிந்தது; இரண்டாயிரம் ரூபாய் சம்பளம் என்பது- அதாவது வீட்டுவாடகையில் மூன்றில் இரண்டு பங்கு பணம்! மகிழ்ச்சி...

உடனே தீபனுக்கும், மணிக்கும், மகேந்திரனுக்கும் செய்தியை கடத்தினான். அவர்களும் மகிழ்ச்சி அடைந்தனர்.

அன்று மாலை சுவாதி வந்தவுடன் "சுவாதி, நானும் ப்ளேஸ்ட்மென்ட்ல செலக்ட் ஆயிட்டேன்" என்றான், வந்தவள் ஒன்றும்புரியாமல் நின்றாள்.

"எப்படி அரியர்ஸ் பாஸ் பண்ணாம??!!" என குழப்பமாய் கேட்டாள்.

"அம்பத்தூர்ல ஒரு கம்பெனில மெஷின் ஓட்ட போறேன், சம்பளம் ரெண்டாயிரம்" என்றான் கவின்

அவளுடன் படித்தவர்கள் ஐயாயிரம், பத்தாயிரம் என சம்பளம் வாங்கும் வேலையில் இருக்க, கவின் ரெண்டாயிரம் சம்பளம் என சொன்னது அவளுக்கு ஒரு சின்ன வருத்தத்தை தந்தாலும், வந்த இரண்டாவது நாளே யார் தயவுமின்றி ஒரு

வேலையை வாங்கிய கணவனை பார்த்து பெருமிதம் கொள்ளவே செய்தாள் சுவாதி. அதிலும் கவினுக்கு வேலை தந்த புத்துணர்வும், நம்பிக்கையும், நிறைவும் சுவாதிக்கு நிம்மதியை தந்தது.

அன்றைய இரவு, தீபன் தந்த இரண்டாயிரம் ரூபாயையும் ஒரு பெரிய உணவகம் சென்று சுவாதியுடன் சந்தோசமாய் சாப்பிட்டு, பேசி மகிழ்ந்து செலவிட்டான் கவின்.

ஒரு வாரத்தில் வேலையில் முத்திரை பதித்தான், முதலாளி அவனை மாத சம்பளத்துக்கு வேலைக்கு எடுத்தார். சூப்பர்வைசருக்கு இவன் வேலை பிடித்திருந்தது, அவன் என்ஜினீயர் படிப்பு படித்தவன் என்பது தான் பிரச்னை.

தினம் தினம் இரவு எட்டு மணிக்கு மேல் தான் கவின் வீட்டிற்கு வர ஆரம்பித்தான், அதிலும் ஒரு அழுக்கு காக்கி சட்டை தான் அனுதினமும் சீருடை. உழைப்பின் நிறம் கறை, உழைப்பின் உரம் வியர்வை என்பது இங்கே பலருக்கு தெரியாத ஒன்றே! அப்படியானவர்கள் கவினும், சுவாதியும்

வசித்த அதே வட்டாரத்தில் இருந்தனர், "அந்த பொண்ணு நல்ல வேலைக்கு போகுது, அந்த பையன் ஏதோ லேபர்", "அந்த வீட்டு பையன் குப்பை அள்ளுறான்", "அவன் ஸ்கூலுக்கு கூட போகலை, ஏதோ பைக் மெக்கானிக் வேலை பாக்குறான்" என ஆளாளுக்கு வாய்க்கு வந்தபடி பேச ஆரம்பித்தார்கள்.

இது எதையும் சுவதியோ, கவினோ காதில் வாங்கவில்லை. ஏனெனில் அவர்கள் குப்பைகளை வீட்டினுள்ளும், காதினுள்ளும் அனுமதிப்பதில்லை. நல்ல கொள்கை!

காதல், கவலை, சிறு சண்டை, உழைப்பு, உத்வேகம், வீட்டு ஞாபகம், பெற்றோரை பிரிந்த சோகம் என கலவையாக நாட்கள் போனது. கிட்டத்தட்ட நூறு நாட்களை தாண்டிய நிலையில், வழக்கம் போல் வேலையை முடித்துவிட்டு சோர்வாய் வீட்டினுள் வந்தான் கவின். உள்ளே சுவாதி பபுள் கம் மென்று கொண்டே, காதில் இய்ரபோன்கள் மாட்டியபடி அமர்ந்து பாட்டு கேட்டுக்கொண்டிருந்தாள்.

சுவாதி பபுள் கம் சாப்பிட்டும், காதில் இய்ரபோன்கள் மாட்டியும் கவின் பார்த்தது இல்லை!

"என்ன மேடம். உங்க லுக்கே புதுசா இருக்கு?" என கேட்டான் கவின்

"வந்து பபுள் கம் எடுத்துக்கோ, உனக்கும் இய்ரபோன் வாங்கி வெச்சிருக்கேன். அப்புறம் உன் பெட்டிக்கு மேல ஷூ வச்சிருக்கேன்" என்றாள் சுவாதி

"எதுக்கு இதெல்லாம் வாங்கி வெச்சிருக்க? என்ன ஆச்சு உனக்கு?" என புரியாது கேட்க சட்டென ஓடி வந்து கவினை கட்டிக்கொண்டு அவன் காதில் சொன்னாள் "என்னை ஒரு ப்ராஜெக்ட்காக US அனுப்ப ஆபீஸ்ல முடிவு பண்ணி இருக்காங்க. நாம ரெண்டுபேரும் இன்னும் ஒரே மாசத்துல US கிளம்பனும்" என சொல்லி, கன்னத்தில் ஒரு முத்தம் வைத்தாள். செய்தியும் முத்தமும் சரிசமமாய் சந்தோசம் தந்தது கவினுக்கு.

"எல்லா அப்ளிகேஷனும், டாகுமெண்ட்ஸும் நான் கொடுத்துட்டேன் அடுத்த வாரம் நமக்கு விசா இன்டெர்வியூ" என அடுத்த ஸ்வீட் செய்தியை சொன்னாள் சுவாதி

கவினுக்கு ஒன்றும் புரியவில்லை, அவன் பாஸ்போர்ட் இல்லாமல் எப்படி சுவாதி எல்லா அப்ளிகேஷனும் முடித்தாள் என்று! "சுவாதி என் பாஸ்போர்ட் தன் உன்கிட்ட இல்லையே! அப்புறம் எப்படி எனக்கும் சேர்த்து அப்ளை பண்ணுன?"

"நான் போனே மாசமே உன் பேக்ல இருந்து பாஸ்ப்போர்ட்ட எடுத்துட்டேன், அது கூட உனக்கு தெரியல!!" என கோணலாய் பார்த்தல் சுவாதி. கண்ணடித்து சிரித்தான் கவின். மீண்டும் முத்தங்கள் பரிமாறப்பட்டன.

விசா நேர்காணல் தேதியன்று விடுப்பு வேண்டும் என முன்பே கம்பெனியில் சொல்லிவைத்திருந்தான் கவின். ஊருக்கு போக வேண்டும் என்பதை காரணமாக சொல்லிவைத்தான்.

விசா நேர்காணல் நாள் வந்தது, இருவருக்கும் படபடப்பு இருந்தது, ஒருவரையொருவர் சமாதானப்படுத்தி கொண்டனர். அதிகாலை எழுந்து இருவரும் குளித்து முடித்து நேராய் அமெரிக்க தூதர்கம் வாசல் போய் நின்றனர். காவலர் அவர்களது தாள்களை சரிபார்த்து

உள்ளே அனுப்பினார், அரைமணி நேரம் கழித்து அவர்கள் ரேகை ஸ்கேன் செய்யும் இடத்திற்கு அழைக்கப்பட்டார்கள், அதை தொடர்ந்து நீண்ட பொது அறைக்கு இவர்கள் சென்றார்கள், அங்கே நான்கைந்து வரிசைகளில் நேர்காணலுக்கு வந்தவர்கள் நின்றுகொண்டிருந்தனர். ஒவ்வொரு வரிசையின் கடைசியிலும் கண்ணாடிக்கு பின் ஒரு அமெரிக்கர் அமர்ந்து கேளிவிகள் கேட்டு விசா கொடுப்பதா வேண்டாமா என தீர்மானம் செய்து கொண்டிருந்தனர். அவர்கள் முடியாது என சொன்னால், அதற்கு அப்பீலே கிடையாது! அதனால் கவனமாகவும், நிதானமாகவும் பதில் சொல்ல ஆயத்தமாய் இருந்தார்கள் இருவரும். இவர்கள் நின்ற வரிசையை கேள்வி கேட்டுக்கொண்டிருந்தவர் ஒரு பெண். அவர்கள் முன் சென்ற பலருக்கு விசா மறுக்கப்பட்டது. அது இவர்களது பயத்தை இன்னும் கூட்டியது. இவர்களது நேர்காணலுக்காக சமயம் வந்தது. சுவாதி "குட் மார்னிங் மாம், என சொல்லி காகிதங்களை ஒரு சிறு துளை வழியாக உள்ளே கொடுத்தாள்.

"குட் மார்னிங் மாம், ஹொவ் ஆர் யு டூயிங் டுடே" என அந்த பெண் கேட்க

"வெரி குட் மாம், தாங் யு. அண்ட் ஹௌ ஆர் யு டூயிங்?" என பதில் கேள்வி கேட்டாள் சுவாதி

"குட் அஸ் வெல்" என சிரித்துக்கொண்டே சொன்னார் அந்த பெண், பின் சுவாதியிடம் எதற்காக அமெரிக்க செல்லவிரும்புகிறாள், அவள் வேலை செய்யப்போகும் கம்பனி என்ன, எந்த மாதிரியான வேலை என பல கேள்விகளை அடுக்கினார் அந்த பெண்.

அனைத்திற்கும் பதில் சொன்னாள் சுவாதி, பின் கவின் பக்கம் அந்த நேர்காணல் செய்பவர் பார்வை போனது "இஸ் திஸ் யுவர் ஹஸ்பண்ட்?" என கேட்டார்

"எஸ் மாம், ஹிஸ் நேம் இஸ் கவின்" என சொன்னாள் சுவாதி

"ஓஹ்.. கெவின்?" என கேட்டார் அந்த பெண் அதற்கு கவின் பதில் சொன்னான் "மாம், இட்ஸ் கவின் நாட் கெவின். ஐ நொவ் தட் கெவின் இஸ் எ வெரி பெமிலியார் நேம் இஸ் தி US", புன்னகைத்தான்

"எஸ் இட்ஸ் எ பெமிலியார் நேம், அண்ட் அம் கூறியஸ் வாட்ஸ் தி மீனிங் ஆப் யுவர் நேம்?" என அந்த பெண் கேட்க

"கவின் மீன்ஸ் பியூட்டி மாம்" என்றான் கவின்

"ஒகே யங் மேன், ஒன் பைனல் குவஸ்டின்.
அண்ட் யுவர் ஆன்சர் வில் டிசைட் போத் யுவர்
விசா" என சொல்லி "வாட்ஸ் யுவர் பர்பஸ்
ஆப் கோயிங் டு தி US?" என கேட்டார் அந்த
பெண்.

"தி ஒன்லி பர்பஸ் ஆப் மீ கோயிங் டு தி US
இஸ் டு டேக் கேர் ஆப் மை வைப். லெட்
ஹெர் கோ டு தி ஜாப், அண்ட் ஐ வில் டேக்
கேர் ஆப் ஹோம். வில் டூ தி டிஷ்ஷஸ்,
லான்ரி, குக் புட் அண்ட் லெட் ஹெர் போகஸ்
ஆன் தி ஜாப். அண்ட் அப் கோர்ஸ், கீப் ஹெர்
ஸ்மைலிங் ஆல் தி டைம்" என சொல்லி
சுவாதியை   தோளோடு
அணைத்துக்கொண்டான்.

புன்னகைத்தார் அந்த பெண் "விசா அப்ரூவ்ட்.
அண்ட் சுவேட்டி (சுவாதி), கெஸ் யு ஆர் லக்கி"
என முடித்தார்.

இருவரும்   வெளியே   வந்தனர்,   விசா
கிடைத்துவிட்ட சந்தோசம். சுவாதி, பிசிறு
தட்டாமல் பேசிய கவினை ஆச்சர்யமாய்
பார்த்தாள். கவினுக்கோ, தனக்கு இவ்வளவு

இங்கிலிஷ் பேச வரும் என்பதே அவனுக்கு இன்றைக்கு தான் தெரியும்.

இவர்கள் இருவருக்கும் இது கனவில்லை, நிஜம் என புரிதல் வந்தவுடனே, கவின் போனை எடுத்தான் தீபனுக்கு அழைத்தான், பின் மணிக்கும், மகேந்திரனுக்கும் தெரிவித்தான். நண்பனுக்கு நல்லது நடப்பதை நினைத்து மூவரும் மகிழ்ச்சி கொண்டனர். அதிலும் மணி "அசலூர்ல அடிவாங்கினது பத்தாதுன்னு, அமெரிக்கா போய் அடி வாங்க தயாராயிட்ட. நல்லா ஞாபகம் வச்சிக்கோ, வெள்ளைக்காரிக்கு கொடுக்காத ரோஸ் சுவாதி ஆயிடுவா தாஸ் மவனே நீ க்ளோஸ்" என எப்பவும் போல ஒரு பஞ்ச் சொல்லியே முடித்தான். ஆனால் மனதளவில் கவினின் நண்பர்கள் மூவரும் நிறைவாய் இருந்தனர்.

அடுத்து கவின் அவன் அம்மாவிற்கு போன் செய்தான், விஷயத்தை சொன்னான் அவன் அம்மாவோ "டேய், நான், உன் அப்பா, உன் தம்பி எங்களைவிட உனக்கு அவ தான் பெரிசா போய்ட்டா இல்ல. எங்க போனாலும் நல்லா

இருங்கடா. ஆனா இங்கே மட்டும் வந்துடாதே, உன் அப்பா உன் மேல வெகு கோபத்துல இருக்காரு. ஒன்னு கிடக்க ஒன்னு ஆயிடும். இங்கே வந்துடாதே பா. நல்லாயிரு" என சொல்லி போனை வைத்துவிட்டார்.

சுவாதி அவள் அம்மாவிற்கு அழைத்தாள், "அம்மா.." என்று சொன்னதும், சுவாதியின் குரலை கண்டுபிடித்தார் அவள் அம்மா. சுவாதிதான் என தெரிந்த அடுத்த நொடி போனை துண்டித்தார். மீண்டும் அழைத்தாள் சுவாதி, இந்த முறை "இந்த வீட்டுக்கு போன் பண்ணுற வேலை வெச்சுக்காத" என சொல்லி பட்டார் என போனை வைத்தார் அவள் அம்மா. தாய் தந்தையர் ஆசி இல்லாமல் இவர்கள் இருவரும் கடல் தாண்டி போவதில் சின்னதாய் வருத்தம் இருக்கவே செய்தது. ஒருவரின் வருத்தம் மற்றவரை பாதிக்க கூடாது என்பதனால், வெளியில் காட்டிக்கொள்ளாமல் "சரி, அடுத்து ஷாப்பிங் தான், போலாமா" என்றாள் சுவாதி

கவினுக்கு அவள் நோக்கம் புரிந்தது, "சிரித்துக்கொண்டே, போகலாம். நம்ம முடிவ நாம தான எடுக்கணும்" என சொன்னபடி அவள்

தோள் மீது கைவைத்து அவன் தோளோடு சாய்த்தான்.

மனக்கவலைகள் நம்முள் தங்குவதும், தள்ளிப்போவதும் நம் கையில் தான் இருக்கிறது. கவலையை கனமாக பார்த்தால் அது நம்மைவிட்டு போவது கடினம், அதுவே கவலையை காகிதம் போல் பார்த்தால் காற்றில் பறந்துவிடும்.

கவினும், சுவாதியும் காற்றில் பறக்கவிட்டார்கள் அவர்கள் கவலைகளை.

அமெரிக்கா கிளம்ப ஒருவாரமே இருந்த நிலையில், கவின் தான் வேலை செய்யும் கம்பெனியில் இன்னும் இரண்டு நாட்கள் மட்டும் தான் வேலைக்கு வரமுடியும் என்றும் அதன் பின் சென்னையில் இருந்து கிளம்பப்போவதாகவும், சூப்பர்வைசரிடம் சொன்னான்.

அவரோ "இந்த வேலையை விட்டுட்டு ஊருக்கு போய் என்ன பண்ணப்போற? ஏதாவது மாடு கண்ணு இருக்கா?" என கேட்டார், அதன் அர்த்தம் ஊருக்கு போய் மாடு மேய்க்க போகிறாயா என்பதே.

"இல்ல அண்ணா, வெளியூர் போறேன்" என்றான் கவின், பக்கத்திலிருந்த இன்னொருவன் "ஓஹ்.. டெல்லி எருமைன்னு நினைக்கிறன்" என்றான் அதாவது எந்த ஊர் போனாலும் அவன் மாடு மேய்க்க தான் போகிறான் என்பது போல கிண்டல் செய்தனர். கவின் அமைதியாக மெஷின் அருகில் சென்று வேலையை தொடர்ந்தான். முதலாளி பைக்கில் வந்திறங்கியவுடன் "சார், இன்னும் ரெண்டு நாள் தான் வேலைக்கு வர முடியும், அப்புறம் நான் சென்னைல இருக்க மாட்டேன்" என்றான் கவின்

"என்னப்பா, ஏதாவது பிரச்சனையா" என முதலாளி கேட்டார்

"இல்ல சார், நான் US போறேன்" என்றான். சந்தோசம் தம்பி என சொல்லி அவனை தன் மேஜைக்கு அழைத்து சென்றார் முதலாளி. கவின் தன கதையை விவரித்தான் அவரிடம். சூப்பர்வைசருக்கோ அதிர்ச்சி! அவர் அருகில் கவினை கிண்டல் செய்தவன் கேட்டான் "அது இன்னா 'உஸ்'ன்னு எங்கயோ போறேன்னு சொல்லினுஇருகான்"

"டேய், அது US டா" என சூப்பர்வேசர் சொன்னார்

"நீ கூட 'உஸ்'ன்னு தான் சொல்லுற" என்றான் அவன், "டேய், அமெரிக்கா போறான்டா" என தெளிவாக சொன்னார் சூப்பர்வைசர். "என்னது அமெரிக்காவா" என வாயை பிளந்தான் அவன். முதலாளி "தம்பி, இன்னும் ரெண்டு நாள் நீ வர வேண்டாம். நான் பாத்துக்கிறேன்" என சொல்லி அந்த மாதத்தில் இன்னும் இரண்டு நாள் மிச்சம் இருந்தும் கூட மாத சம்பளத்தை முழுதாக கொடுத்து "ஆல் தி பெஸ்ட் கவின்" என அவனை அனுப்பிவைத்தார்.

கடல் தாண்டும் நாள் வந்தது, பறப்பதற்கு சுமார் நான்கரை மணிநேரம் முன்னதாக விமான நிலையம் வந்தார்கள் இருவரும். அங்கே தீபன், மணி, மகேந்திரன் அவர்களுக்காக காத்திருந்தனர். பெரும் மகழ்ச்சி இருவருக்கும், கவின் ஓடிச்சென்று அவர்களை கட்டிக்கொண்டான் சில கண்ணீர் துளிகள் மண்ணை தொட்டன. சுவாதியை பார்த்து சொன்னான் கவின் "பார்த்தியா என சைடுல, சென்ட் ஆப் பண்ண ஆளுக இருக்காங்க"

சுவாதி "உன் சைடுல ரெண்டு பேர் தான். தீபன் என் சைடு, அவங்க அம்மா என்னை சொந்த பொண்ணு மாதிரி கவனிச்சாங்க" என்றாள்,

தீபனை தனது அண்ணன் ஸ்தானத்தில் சுவாதி வைத்திருக்கிறாள் என்பது புரிந்தது கவினுக்கு, ஏன்? தீபனுக்கும் கூட

அடுத்த முக்கால் மணி நேரம் அவர்கள் அரட்டை அடித்தார்கள்.
மணி "மொத்தத்துல நீ அரியர்ஸ் கிளியர் பண்ண மாட்ட?!" என கிண்டல் சொல்ல, மகேந்திரன் சொன்னான் "விடுடா, அரியர்ஸ் க்ளியர் பண்ணுறதைவிட அவனுக்காக வாழுறது ரொம்ப முக்கியம். கவின் அதுல ரொம்ப சரியா தான் இருக்கான்"
இப்படியே பேச்சு தொடர்ந்தது...
பின் தீபன் "மச்சி, டைம் ஆகுது கிளம்புங்க" என்று சொல்லி ஒரு சின்ன கவரை கொடுத்தான். அதை வாங்கி பார்த்த கவின் "என்னடா, டாலர்ஸ் இருக்கு" என திகைப்புடன் சொன்னான். அமெரிக்கா செல்ல தேவையான உடை, பொருட்கள் வாங்கியதில் பெரும் செலவு ஏற்பட்டது, அவர்களிடம் இருந்த பணத்தில், அமெரிக்கா மதிப்பில், வெறும் நூற்று ஐம்பது டாலர்கள் மட்டுமே மிச்சமானது. நூற்று ஐம்பது டாலர்கள் சுயார் என கவின் ஒருமுறை தீபனுக்கு சொல்லி

இருந்தான். போய் சில நாட்கள் அவர்கள் தான் தங்கள் செலவினங்களை பார்க்கவேண்டும், அதற்கு குறைந்த பட்சம் முன்னூரிலிருந்து நானூறு டாலர்கள் வேண்டும் இருவருக்கும் சேர்த்து. இதை தீபன் தன் வட்டத்தில் விசாரித்து வைத்திருந்தான், வெறும் நூற்று ஐம்பது டாலர்கள் வைத்துக்கொண்டு என்ன செய்யமுடியும் என கவலைகொண்டான். அதனால் அவன் மணியுடனும், மகேந்திரனுடனும் பேசி, கூட்டாக சேர்ந்து ஐநூறு டாலர்களை கொண்டுவந்திருந்தான். கவின் அவர்கள் மூவரையும் அணைத்துக்கொண்டான் "தேங்க்ஸ் மச்சி" என்றான்.

மணி சொன்னான் "மச்சி, இந்த செண்டிமெண்ட் எங்களுக்கு வேண்டாம். அடுத்த தடவை வரும்போது சரக்கு பாட்டில் வாங்கிட்டு வா". சிரித்துக்கொண்டே மூவரும் சுவாதியையும், கவினையும் வழி அனுப்பிவைத்தார்கள்.

முதல் முறை விமானம் ஏறுபவர்கள் அனைவரும் சிரமம் கொள்ளுவதும், அதில் சிலர் சின்னாபின்னமாவதும்

சகஜம்தானே...கவின், சுவாதி மட்டுமென்ன விதிவிலக்கா?

விமானம் பறக்கதுவங்கிய பின் சில மணித்துளிகள் ஆசையாய் மேகங்களை பார்த்தவண்ணம் இருந்தனர் இருவரும், அரை மணி நேரம் போனதும் அசந்து விட்டனர் தூங்கவும் செய்தனர். நியூயார்க்கை நெருங்கும் நேரம் வந்தது, அப்போது பைலட் 'சுதந்திர தேவி சிலை மேல் தான் விமானம் பறக்கிறது, இன்னும் சில நிமிடங்களில் நாம் தரை இறங்கிவிடுவோம்' என அறிவித்தார். ஆசையாய் அந்த சிலையை எட்டி எட்டி பார்க்க முயன்றாள் சுவாதி, கவின் தூக்கத்தில் இருந்து எழும்பவில்லை.

அது நேரம் அவளுக்கு முன் வரிசையில் ஒரு பெண் தண்ணீர் குடுவையை 'டம்'என கீழே போட்டார். சத்தம் அதிகமாய் கேட்கவே, சுவாதிக்கு பின் வரிசையில் இருந்த ஒருவர், சலிப்புடன், பெண்கள் எப்போதும் இப்படித்தான் என்பது போல ஒரு கருத்தை மெதுவாக முணுமுணுத்தார். அது சுவாதியின் காதுகளை எட்டுவதும், சுதந்திர தேவி சிலை அவள்

பார்வையில் இருந்து மறைவதும் ஒரே நேரத்தில் நடந்தது.

நியூயார்க் சென்றதும் முதலும் முக்கியமான வேலையாக 'பாதுகாப்பாக வந்துவிட்டோம்' என்ற செய்தி தீபனுக்கு போய்சேர்ந்தது. தீபன் அந்த செய்தியை, மணிக்கும், மகேந்திரனுக்கு கொண்டு சேர்த்தான்.
முதல் முப்பது நாட்கள் அவர்கள் நியூயார்கில் இருக்க வேண்டியிருந்தது. கிராமத்திலும், புறநகர் பகுதிகளில் மட்டுமே வளர்ந்த இவர்கள் இருவருக்கும் நியூயார்க் முதல் மூன்று நாட்களுக்கு மொத்தமாய் வாயை பிளக்க வைத்தது. அடுத்தடுத்த நாட்களில் 'இந்த ஊரு ரொம்ப கச்சா மூச்சான்னு இருக்கு" என்றே இருவரையும் சொல்லவைத்தது.

முப்பது நாள் முடிந்து, பிளோரிடா மாகாணத்தில் ஜாக்சன்வில் என்ற ஊருக்கு மாத்தலானாள் சுவாதி. கவினும் தான். சில தமிழ் பேசும், உடன் வேலைசெய்பவர்கள் உதவியால் ஒரு அப்பார்ட்மெண்ட் வாடகைக்கு கிடைத்தது. அதில் தங்கினார்கள் இருவரும். நியூயார்க்கை விட இந்த ஊர் அவர்களுக்கு

பிடித்திருந்தது. ஆனால், நியூயார்க்கில் இந்தியர்கள் பரவலாய் காணப்பட்டனர், இங்கோ இந்தியர்களை காண்பது அரிதாகவே இருந்தது. அதனாலேயே பல இடங்களில் இவர்கள் நிற வேற்றுமையால் ஒதுக்கப்படுகிறார்களோ என்ற எண்ணம் தோன ஆரம்பித்தது. எல்லா இடங்களிலும் அது நடக்கவில்லை என்றாலும், அமெரிக்காவில் சில இடங்களில் நிறம் காரணமாக பாகுபாடு இருந்ததும், இருப்பதும் உண்மை தான்.

சரியாய் மூன்றே மாதங்கள் தான், சுவாதி பிளோரிடாவிலிருந்து டெக்சாஸ் மாகாணத்திலுள்ள டாலஸ் என்ற ஊருக்கு மாற்றப்பட்டாள். வந்து ஆறுமாதங்கள் கூட ஆகவில்லை ஆனால் மூன்று ஊர் மாறியாகிவிட்டது, மைதானத்தில் உள்ள பந்து போல் தூக்கியடிக்கப்படுவதை அவளால் ஏற்றுக்கொள்ள முடியவில்லை. இவர்கள் டாலசுக்கு அரை மனதுடன் சென்றாலும், டாலஸ் இவர்களை அன்புடன் அணைத்துக்கொள்ள தயாராய் இருந்தது. பெரிய நகரமும் இல்லாமல் சின்ன ஊர் போலும் இல்லாமல், இவர்களுக்கு ஏற்ற ஒரு

நடுத்தர அளவு நகரமாய் இருந்தது டாலஸ். அது போக, இந்தியர்கள் அதிகமாய் இருந்தனர். நாட்கள் போக, போக டாலஸ் இவர்களுக்கு மிகவும் பிடித்துவிட்டது. கவினுக்கு வேலைக்கு போக ஆசையும் வந்தது. அங்கே இந்தியர்கள் நடத்தும் மளிகை கடையில் ஏதேனும் வேலை கிடைக்குமா என முயற்சித்து பார்த்தான். யோசனை அருமையான யோசனை தான், ஆனால் அது சோதனையாய் முடிந்தது! எங்கும் வேலை கிடைக்கவில்லை, காரணம் ஒன்று தான் - ஹிந்தி தெரியாது கவினுக்கு.

எந்த ஒரு இந்தியர் நடத்தும் கடைக்கு வேலை கேட்டு சென்றாலும் ஹிந்தி தெரியுமா தெரியாத என்ற கேள்வி முன் வைக்கபட்டது. அங்கே கடை நடத்தும் இந்தியர்கள் முக்கால்வாசி பேர் குஜராத்தை பூர்வீகமாக கொண்டவர்கள் தான். அவர்களுக்கு தமிழ் தெரியாது, கவினுக்கு ஹிந்தி தெரியாது. இது கவினுக்கு பாதகமாகவே அமைந்தது. அவர்கள் இந்தியில் கேட்கும் கேள்விகளை ஆந்தை போல் முழித்து முழித்து பார்ப்பான், அதிலேயே அவர்களுக்கு தெரிந்துவிடும்

இவனுக்கு சுத்தமாய் மொழி தெரியவில்லை என்று. வேலை இல்லை என அனுப்பிவிடுவார்கள்.

இது தொடர்கதையாக, "நம்ம ஊருல பாம்பேல இருந்து டெல்லி வரைக்கும் இந்தி பேசுறவங்க இருக்குறது ஆச்சர்யமில்லை. ஆனா அமெரிக்காவுல டெட்ராய்ட்ல இருந்து டாலஸ் வரைக்கும் இந்தி பேசுறவங்க இருக்காங்க. எங்க போனாலும் 'யு இந்தியன்?' என கேட்டு 'எஸ்' னு பதில் சொன்னா உடனே 'தும்மாறா நாம் க்யா ஹை, குச் குச் ஒத்தா ஹை'னு ஏதாவது சொல்லுறானுக. நமக்கு சுட்டு போட்டாலும் இந்தி வர மாட்டேங்குது!" என தனக்குள் பேசி நொந்துகொண்டான் கவின்.

ஒருகட்டத்தில், இந்திய கடைகளை விட்டுவிட்டு மற்ற நாட்டவர் நடத்தும் கடைகள், மாணவர் பயிற்சி மையம், நடன அரங்கம் என எல்லா இடத்திலும் வேலைக்கு முயற்சி செய்தான். கடைசியாய் சீனாக்காரர் நடத்தும் சிறுவர்கள் பயிற்சி பள்ளியில் 'ஜானிட்டார்' வேலை கிடைத்தது. அதாவது அந்த இடத்தை காவல் செய்வதிலிருந்து

சுத்தமாய் வைத்துக்கொள்ளும் வரை எல்லா பொறுப்பும் அவனதுதான்.

சம்பளம் பெரிதாக இல்லை என்றாலும், சிறுவர்கள் வந்து போகும் இடம் என்பதால் சந்தோஷத்துடனும், அக்கறையுடனும் வேலைசெய்தான். அந்த பயிற்சி மையம் நடத்தும் அந்த வயதான சீனாக்காரருக்கு கவினை பிடித்துப்போனது.

கவின், சுவாதி அவர்களது வாழ்க்கையும் சந்தோசமாக நகர ஆரம்பித்தது. டாலாசில் ஒரு வருடம் ஓடியது, நிறைய நண்பர்களும் கிடைத்தனர் ஆனால் தீபன், மணி, மகேந்திரனின் இடத்தை நிரப்பும் அளவில் நிச்சயம் இல்லை.

தொலைபேசி வாயிலாக மாதம் ஒரு முறையோ, இருமுறையோ கவினும், சுவாதியும் தீபன், மணி, மகேந்திரனிடம் பேசிவிடுவார்கள். இந்தியாவில், இவர்களுக்கு உறவென்பது அந்த மூவர் மட்டுமே! பல முறை இவர்கள் தீபன், மணி, மகேந்திரனை அமெரிக்கா அழைத்தும் கடமை காரணமாக,

குடும்ப சூழல் காரணமாக மூவரில் ஒருவரால் கூட போகமுடியவில்லை. மணி மட்டும் தான் 'விசா'வுக்கு முயற்சிதான், ஆனால் அவன் பேசும் பேச்சுக்கு யார் 'விசா' கொடுப்பார்கள்!

சுவாதியுடன் வேலை செய்பவர்கள் வீட்டு விசேஷங்களுக்கு செல்ல ஆரம்பித்தனர் கவினும், சுவாதியும். இவர்கள் இருக்கும் இடம் கலகலவென இருக்குமென்பதால் எல்லா விசேஷங்களுக்கும் இவர்களை அழைக்க ஆரம்பித்தனர், கவினும், சுவாதியும் அந்த விசேஷங்களுக்கும், பார்ட்டிகளுக்கும்செல்வது வாடிக்கையானது. அப்படி ஒரு விசேஷத்தில் ஒரு அழகிய பெண் குழந்தை சுவாதியை கட்டிக்கொண்டு அவளை விட்டு போக மறுத்தது. அந்த கணம் சுவாதி, தாய்மையை உணர்ந்திட ஆசைகொண்டாள். அருகில் கவின் இருந்தான், அவனை பார்த்து குழந்தையை காட்டி புருவத்தை இருமுறை உயர்த்தினாள், கவினுக்கு கல்லூரி பாடம் தான் புரியாமல் போனதே தவிர, கண் பேசும் பாஷை நன்றாக புரிந்தது. சுவாதியின் காதருகில் சென்று "பையனா, பொண்ணா?" என கேட்டான். வெட்கத்தோடு "பையன்" என்றாள் சுவாதி.

"கொடுத்துட்டா போச்சு" என நெட்டி முறித்தான் கவின்.

அடுத்த சில மாதங்களிலேயே மாங்காயை ருசிக்க அவள் நாக்கு தயாரானது.

கவின் நல்ல தரமான டயப்ர்கள் என்னென்னவென்று தேட ஆரம்பித்தான், படுக்கும் அறையில் சிரிக்கும் குழந்தைகள் படம் ஒட்டப்பட்டது. முதல் முறை ஒரு பெண் பிரசவிக்கும் முன் தன் தாய் தந்தையினருடன் இருக்க விரும்புவது இயல்பே. அது வாய்க்காமல் போனது சுவாதிக்கு ஒரு நெருடலான வலியை கொடுக்கவே செய்தது. அதுமட்டுமில்லாமல் என்ன செய்யவேண்டும், என்ன செய்யக்கூடாது, என்ன சாப்பிடலாம் எப்போது சாப்பிடலாம் என மருத்துவர்கள் தெளிவாய் சொன்னாலும். அம்மா உடன் இருந்து 'இத சாப்பிட்டாயா?', 'கொஞ்ச நேரம் நட', 'நீ உட்காரு நான் பண்ணுறேன்' இது போன்ற வார்த்தைகள் காதில் விழுந்தால் அதுவே ஒரு பிரசவிக்கப்போகும் பெண்ணுக்கு பெரும் பலமாய் அமையும். இவை யாதும் இல்லாதது ஒரு பலவீனமே சுவாதிக்கு. இருந்தும் கவின் அவனால் இயன்ற அளவுக்கு

அவளை கண்ணும் கருத்துமாக பார்த்துக்கொண்டான், அது சுவாதிக்கு பக்கபலமாய் இருந்தது.

சரியாய் பத்து மாதம், கவினும் சுவாதியும் ஒரு ஆண் குழந்தையை பூமிக்கு பரிசளித்தார்கள். இல்லை, இந்த புவி இவர்களுக்கு ஒரு ஆண் குழந்தையை பரிசளித்தது...

குழந்தைக்கு என்ன பெயர் வைக்கலாம் என்று சுவாதியிடம் கேட்ட போது, "கவின், உன் சாய்ஸ் தான் என் சாய்ஸ். நீயே சொல்லு" என்றாள்.

"நான் ரொம்ப இன்ஸ்பயர் ஆனா ஒரு மனுஷன் இருக்கார். அவர் பேர சொல்லட்டுமா?" என்றான் கவின்.

"நான் தான் சொல்லிட்டேனே. நீயே முடிவு பண்ணு" என்றாள் சுவாதி

"நாதன், தீபனோட அப்பா பேரு" என்றான் கவின்.

"நீ தீபன் பேர வைப்பேன்னு நினைச்சேன், ஆனா அவங்க அப்பா பேருன்னு சொல்லற? சர்ப்ரைஸா இருக்கு!!" என்றாள் சுவாதி

தீபனின் தந்தை நாதன் பற்றி கவினுக்கு தெரிந்ததை சொன்னான், அதை கேட்டுவிட்டு "ம்ம்… இன்ஸ்பயரிங் தான்" என ஒப்புகொண்டாள் சுவாதி. பின் "எனக்கு ஓகே என்றாள்"

இந்த செய்தி அறிந்த தீபன் மிகவும் சந்தோஷப்பட்டான், அவன் தாயிடமும் சொன்னான். யாரிடமும் போனில் பேச தயங்கும் தீபனின் தாய், இந்த செய்தி கேட்டதும், போனில் கவினையும், சுவவாதியையும், நாதனையும் ஆசிர்வதித்தார். நாதனை பார்க்க ஆசையாய் இருப்பதாகவும் இந்தியா வரும் போது நிச்சயம் அவர்களை தீபன் வீட்டுக்கு வரச்சொல்லி சொன்னார்.

நார்த்தமெரிக்கா 2007 இறுதி முதல் 2009 வரையிலான ஆண்டுகளில், பொருளாதாரத்தில் பெரும் மந்த நிலையை சந்தித்தது. அதை 'கிரேட் ரிசஷன்' என அழைத்தார்கள். பல வியாபாரங்கள் முடங்கி போனது, லட்சக்கணக்கானோருக்கு வேலை போனது, நாடே ஸ்தம்பித்தது!

நார்த்தமெரிக்கா மெதுவாய் பொருளாதாரத்தை நிலைப்படுத்தியது. மெதுவாய் வளர்ச்சி மீண்டும் துளிர்த்தது...

ஆனால் சுவாதிக்கு எந்தவொரு பாதிப்பும் இல்லை, அவள் வேலை செய்த மென்பொருள் நிறுவனம் அமெரிக்கா சந்தை மாட்டுமில்லாது உலக சந்தைக்கே சேவைகளை வழங்கியது, அதனால் சுவாதியின் வேலைக்கு பெரிய பாதிப்பில்லை.

இதற்கிடையில் நாதன் மெதுவாய் வளர்ந்தான். கை குழந்தையிலிருந்து, கையை விட்டு இறங்கி ஓடும் சுட்டி குழந்தையாக மாறினான். நாதன் பிரண்டு, தவழ்ந்து, எழுந்து, நடந்து பின் ஓடினான், அமெரிக்க பொருளாதாரமும் அவன் போலவே மிரண்டு, ஊர்ந்து, முட்டி, மோதி, வேகமெடுத்து வளர ஆரம்பித்தது.

கவினும் சுவாதியும் நாதனை நல்ல பண்போடு வளர்த்தார்கள், தாத்தா பாட்டியின் அன்பு மட்டுமே அவனுக்கு கிட்டவில்லை மற்ற படி எந்த குறையும் இல்லை.

ஒரு விடுமுறை நாளில் காலை எட்டு மணி சுமாருக்கு, கவின் நாதனின் சைக்கிளை சரி செய்து கொண்டிருந்தான், உள்ளே கைபேசி மணி அடித்தது.

"நாதன் போய், போன் எடுத்துட்டு வா" என்றான் கவின்

உர்ர் என முகத்தை வைத்து நின்று கொண்டிருந்தான் நாதன்

"நேத்தன், ப்ளீஸ் போன் எடுத்துட்டு வா" என்றான் கவின்

"ஓகே டாடி.." என சொல்லி குடுகுடுவென ஓடினான் நாதன்

"டாட், ஏதோ இந்தியா நம்பர். தீபன் அங்கிள்ன்னு நினைக்கிறன்" என்றான் நாதன் போனை எடுத்து "ஹலோ.." என்றான் கவின்

"கண்ணு..." என எதிர் முனையில் ஒரு குரல் பேசுவது தன் தாய் என குரலில் கண்டுகொண்டான் கவின் அடுத்த நொடி கண்களில் நீர் சுரக்க "ஹ...ஹலோ" என தளும்பும் குரலில் சொன்னான் கவின்

"எப்படி கண்ணு இருக்க?"என அவன் தாய் கேட்டவுடன், கண்ணீர் வழிய தொடங்கியது கவினுக்கு...

நாதன் கவினை பார்த்தபடி நின்றான்.

உடனே நாதனிடம் "பாட்டி பேசுறாங்க என்றான்", சட்டென போனை வாங்கி "ஹலோ பாட்டி..." என உற்சாகமாய் சொன்னான் நாதன். இதை கேட்டு "கண்ணு... எப்படி தங்கம் இருக்க"

என அழுதுகொண்டே சொன்னார் கவினின் தாய்.

நாதன் பதிலுக்கு "நல்லா இருக்கேன். பாட்டி நீங்க ஏன் அழுறீங்க, இங்க அப்பாவும் ஏன் அழுகுறாங்கன்னு புரியல" என்றான் நாதன் போனை வாங்கி கவின் பேசினான் "அம்மா, எல்லாரும் எப்படி இருக்கீங்க"

"இந்த வார்த்தையை கேட்கத்தான் எத்தனை வருஷம்" என கேட்டு அழ ஆரம்பித்தார்.

"அழுகாத மா... சொன்னா கேளு அழுகாத" என்றான் கவின், ஆனால் அழுகை நின்றபாடில்லை.

சில நொடியில் "கவின்" என கணீர் குரல் கேட்டது.

"அப்பா..." என தயக்கமாக சொன்னான் கவின்.

"சரி, எல்லாரும் நல்லா இருக்கீங்களா?" என கேட்டார் கவின் அப்பா

"இருக்கோம் பா" என்றான் கவின்

"தம்பிக்கு கல்யாணம் வெச்சிருக்கு. இன்னும் ரெண்டு மாசத்துல. நீங்களல்லாரும் வரணும். வருவீங்கள்ள?" என்றார் கவின் அப்பா.

"ரொம்ப சந்தோசம் பா. கண்டிப்பா வர்றோம்" என்றான் கவின்

பேசுவது தாத்தா என தெரிந்தவுடன் "ஹலோ தாத்தா..." என கத்தினான் நாதன், கவின் உடனே "டேய், கத்தாத டா அமைதியா இரு" என்று அதட்டினான் கவின்.

"நான் சொன்னதை நீ கேட்டியா? இப்போ நீ சொன்னதை மட்டும் உன் பையன் கேட்கணுமா" என்றார் கவினின் அப்பா. அமைதி காத்தான் கவின் "பேரன் கிட்ட குடு" என உத்தரவிடுவது போல சொன்னார் கவின் அப்பா.

கை பேசி நாதனிடம் போனது.

அடுத்த முக்கால் மணி நேரம் தாத்தாவும், பாட்டியும், சித்தப்பாவும் மாறி மாறி நாதனுடன் பேசினார். அதன் பின் சில நிமிடங்கள் கவினும் பேசினான்.

கவின் போனை வாங்கியதும் மீண்டும் கோபமான தொனியில் பேச ஆரம்பித்தார் அவன் அப்பா. "ஏன் பா கோபமா பேசுறீங்க?" என கேட்டேவிட்டான் கவின்

"நான் கோபப்படும்படி நீ நடந்துக்கிட்ட. நான் கோபப்படுறேன் அவ்வளவுதான்" என்றார் கவின் அப்பா.

"நான் பல தடவ உங்ககிட்ட பேச முயற்சி செஞ்சேன் பா. நீங்கதான் பேச மறுத்தீங்க" என தன பக்க நியாயத்தை சொன்னான் கவின்

"இருக்கட்டுமே. இப்போகூட 'உங்க மனச கஷ்டப்படுத்தியிருந்தா மன்னிச்சிடுங்க' அப்படின்னு சொல்ல மாட்டேங்குற!!" என்றார் கவின் அப்பா.

"அப்பா, மன்னிச்சிடுங்க. உங்களையும் அம்மாவையும் கஷ்டப்படுத்துனதுக்கு மன்னிச்சிடுங்க. ப்ளீஸ்"என்றான் கவின்

"சரி விடு. நீ ஒன்னும் தேச துரோகம் பண்ணல. புடிச்ச பொண்ண கலயாணம் பண்ணிகிட்ட, அதுல என்ன பெரிய தப்பிருக்கு" என கவினுக்கு ஆறுதலாய் பேசினார்.

மீண்டும் நாதன் போனை வாங்கி (இல்லை-பிடுங்கி), பேச ஆரம்பித்தான்.

குளித்து முடித்து மாடியில் இருந்து கீழே வந்த சுவாதி, நாதன் யாருடனோ போனில் மிக உற்சாகமாய் பேசிக்கொண்டிருப்பதை பார்த்தாள். கவினை பார்த்து 'போனில் யாரு' என செய்கை காட்டினாள்.

"என் அப்பா, அம்மா..." என்றான் கவின் சில நீர் துளிகள் கண்களில் தேங்கியிருந்தது.

சுவாதியால் அதை நம்பமுடியவில்லை! நாதனிடமிருந்து போனை வாங்கி "அம்மா, சுவாதி வாந்தாச்சு. நீங்களே சொல்லுங்க" என சுவாதியிடம் போனை தந்தான் கவின்.

என்ன வென்று புரியாமல் போனை வாங்கி "அத்தை, நீங்க எல்லாரும் எப்படி இருக்கீங்க?" என்றாள் சுவாதி

"நல்லா இருக்கோம் மா... உன் குரலை கேக்குறது ரொம்ப சந்தோசம். உன்ன பாக்குற நாளும் தூரமில்லை. உன் கொழுந்தனுக்கு கல்யாணம் வெச்சிருக்கோம். நீங்க எல்லாரும் வந்து அவனை ஆசீர்வாதம் செய்யணும்" என்றார் கவினின் அம்மா. கவினின் அம்மாவை தொடர்ந்து கவின் அப்பாவும் சுவதியிடம் பேசினார். சுமார் அரைமணி நேரம் போனது இந்த போன் உரையாடல். பல வருட கதையல்லவா, சுவாதியும் கவின் அம்மாவும் பகிரவேண்டி இருந்தது.

'இப்ப கூட கவின் தம்பி கல்யாணம் அப்படிகிறதால தான் பேசுறாங்க!' என உள்ளுக்குள் ஒரு சின்ன மனத்தாங்கல் இருந்தது சுவாதிக்கு. ஆனால், கவினின் உணர்ச்சி பொங்கும் உடல் மொழியும்,

நாதனின் 'நான் தாத்தா-பாட்டியை பாக்க போறேன்' சந்தோச சத்தமும் சுவாதியை மற்ற எதையும் மறக்கடித்து, ஒரு நிம்மதி பெருமூச்சை தந்தது. அவர்கள் இந்தியா வரப்போகும் செய்தியை தீபனுக்கும், மணிக்கும், மகேந்திரனுக்கும் சொன்னான் கவின்.

அடுத்த ஒரு மாதத்தில் சுவாதி, நாற்பத்தைந்து நாள் விடுமுறை பெற்று, கவினின் தம்பி கல்யாணத்துக்கு போக குடும்பமாக தயாரானாள். நாதனுக்கு அந்த மாதத்தில் பள்ளி கோடை விடுமுறை என்பதால் எந்த கவலையும் இல்லை. கவினுக்கும் அவன் வேலை செய்யும் சீன பயிற்சி பள்ளி அவன் சொன்ன காரணத்தை கேட்டு விடுமுறை அளித்தது.

மேற் சொன்ன அனைத்தும்தான் இப்போது சுவாதி குடும்பத்துடன், இந்தியா சென்று கொண்டிருக்க காரணம். இந்த உணர்ச்சிபூர்வமான, உள்ளத்தில் காயங்களுடனான, கணவனின் குடும்பத்தில் அழைக்கும் கரங்கள் அவளை அணைக்குமா

அல்லது அந்நியமாக பார்க்குமா என்ற குழப்பங்களுடனான, பூர்வீகத்தை பார்க்க உற்சாகத்தில் துள்ளும் மகன், மணவாளனுடனான இந்த பயணத்தில் சந்தித்த நபர் தான் சரஸ்வதி.

இன்னும் இரண்டு மணி நேரத்தில் சென்னையில் விமானம் தரை இறங்கும் என பைலட் சொல்லும் நேரம் சுவாதியின் முழு வாழ்க்கையும் சரஸ்வதிக்கு தெரிந்திருந்தது. சுவாதியின் வலியும், எதிர்பார்ப்பும் சற்றே புரிந்துகொள்ளவும் முடிந்தது சரஸ்வதியால். "அம்மா ரொம்ப நேரம் பேசிட்டு வந்துட்டோம். கொஞ்ச நேரம் தூங்குங்க, இல்லேனா கஸ்டம்ஸ் வரிசைல நிற்கும் போது தூக்கம் வரும்" என்றாள் சுவாதி.
சுங்க சோதனை வரிசை சில நேரங்களில் அரை கிலோமீட்டர் போகும் என கேள்வி பட்டிருக்கிறார் சரஸ்வதி அதனால், "அம்மா சுவாதி. கஸ்டம்ஸ் கியூ ரொம்ப நேரம் ஆகும்ம்னு கேள்வி பட்டிருக்கேன். ஒரு மணி நேரமாவது தூங்கணும்" என சொல்லி சுவாதியை மீண்டும் தோளில் சாய்த்து தட்டி கொடுத்தார். அவள் கண் அசந்த பின்

சரஸ்வதியும் தூங்கினார். இந்த தூக்கத்திலும் 'வீட்டுக்காரர் தன்னை கூப்பிட வந்திருப்பார், போனவுடன் அவருக்கு பிடித்ததை சமைத்து கொடுக்கவேண்டும்' என்பது போல் யோசனை அவரது ஆழ் உணர்வில் ஓடிக்கொண்டிருந்தது. என்னதான் இந்திய கணவர்கள் மனைவிகளை மெண்டல் டார்ச்சர்களாய் பார்த்தாலும், எப்போதும் குடும்பத்தை பற்றியே யோசிக்கும் குடும்பத்தலைவிகள் இல்லாது போனால் அதோ மட்டுமில்லை இதோ/எதோ என்று கூட தெரியாத கதி தான் குடும்பத்திற்கு ஏற்படும்!

விமானம் இரண்டு முறை தரையில் குதித்து பின் ஓடிய நேரம், சுவாதியும் சரஸ்வதியும் கண் விழித்தார்கள். விமானம் விட்டு வெளியே வந்ததும் மீண்டும் நாதன் சரவாதியின் கைகளை பிடித்து கொண்டே நின்றான். கஸ்டம்ஸ் கியூ இவர்கள் எதிர்பார்த்ததை போல் இல்லாமல், வெகு விரைவாக முன்னேறியது. பத்தே நிமிடங்களில் சுங்க சோதனை அதிகாரிகளை இவர்கள் தாண்டிவிட்டனர். நால்வரும் செக்-இன் செய்த பைகளை எடுக்கும் இடத்திற்கு சென்றார்கள். அங்கே வெகு நேரம் காத்திருந்து பைகளை

எடுத்தனர், ஒரு கட்டத்தில் பை வராமல் போய்விடுமோ என்ற அச்சமே வந்துவிட்டது சரஸ்வதிக்கு. சரஸ்வதிக்கு கவினும் நாதனும் பைகளை எடுக்க உதவினார்கள். சரஸ்வதியிடமிருந்து விடை பெற நேரம் வந்தது!

சரஸ்வதி சுவாதியையும், அவள் குடும்பத்தையும் சென்னையில் உள்ள அவரது வீட்டுக்கு கையேடு வரும்படி அழைத்தார். சுவாதிக்கு சரஸ்வதியின் கணவரை பார்த்து ஆசி பெற வேண்டும் என்று தான் ஆசை ஆனால் இன்னும் இரண்டு மணி நேரத்தில், கோயம்புத்தூருக்கு அடுத்த பிளைட் ஏற வேண்டுமே! சுவாதியின் நிலைமையை புரிந்துகொண்டார் சரஸ்வதி.

சுவாதியோ, "கவினோட தம்பி கல்யாணத்துக்கு நீங்க கண்டிப்பா வரணும் மா" என்றாள் சரஸ்வதியிடம்.

"கண்டிப்பா வரேன் மா" என சம்பிரதாயத்துக்கு சொன்னார் சரஸ்வதி. சுவாதியோ "அம்மா, நான் பார்மாலிட்டிக்கு கூப்பிடுறேன்னு நினைக்காதீங்க. மனப்பூர்வமா கூப்பிடுறேன், என் சொந்தம்ன்னு சொல்லிக்க அந்த

கல்யாணத்துல யாரும் இருக்க மாட்டாங்க. நீங்க வந்தா அது எனக்கு பெரிய சந்தோசத்தை தரும்" என்றாள்.

சரஸ்வதிக்கு சுவாதியின் செய்தி நன்றாக புரிந்தது.

கவினும் "அம்மா நீங்க கட்டாயம் வரணும். எங்களுக்காக இல்லேன்னாலும், நாதனுக்காக நீங்க வரணும்" என கோரிக்கை விடுத்தான்.

"நான் கண்டிப்பா வருவேன். உங்க மூணு பேரையும் பார்க்க வருவேன்" என்றார் சரஸ்வதி

கவின் சொன்னான் "நீங்க மட்டுமில்ல, உங்க ஹஸ்பன்டையும் கண்டிப்பா கூட்டி வரணும்"

"கண்டிப்பா தம்பி" என சொல்லி உடனே எந்த ஊரில் கல்யாணம், தேதி என்ன என அணைத்து தகவல்களையும் வாங்கிக்கொண்டார். கை பேசி எண்களும் பரிமாறப்பட்டன.

பைகளுடன் வெளிநாட்டு முனையத்திலிருந்து வெளியேறும் வழி நோக்கி நகர்ந்தார் சரஸ்வதி...

இத்தனைக்கு நடுவில் நாதனுக்கு சரஸ்வதியை பிரிய மனமில்லாமலேயே, "பை

பாட்டி. என்ன பாக்க கண்டிப்பா வருவீங்கள்ல"
என கை காட்டியபடி கவலை கலந்த
முகத்தோடு சர்வதேச முனையத்திலிருந்து
உள்நாட்டு முனையத்துக்கு கவினுடன்
நடந்தான்.

நேத்தன் டு நாதன்

பயணத்தின் கடைசி கட்டம்; சுவாதி, கவின், நாதன் மூவரும் கோவைக்கு செல்லும் விமானத்தில் ஏறினர். குறித்த நேரத்தில் விமானம் புறப்பட்டு, எதிர்பார்க்கப்பட்ட வருகை நேரத்திற்கு ஐந்து நிமிடம் முன்பாகவே தரை இறங்கியது. உடைமைகளையும் பைகளையும் எடுத்து கொண்டு வெளியே வந்த மூவரையும் வரவேற்க கவின் அப்பா, அம்மா, தம்பி வசந்த் நின்று கொண்டிருந்தனர். தீபனும், மணியும் அவர்களுடன் நண்பனை காண காத்திருந்தார்கள்.

கவினை பார்த்ததும் அவன் தாய் கட்டி அணைத்து கொண்டார், அவன் தம்பியும் கவின் தோளை பிடித்து சாய்ந்து கொண்டான். சுவாதி, நாதன் கைகளை பிடித்தபடி கவின் அப்பாவின் கால்களில் விழுந்து "ஆசிர்வாதம் பண்ணுங்க மாமா" என்றாள். இதை சற்றும் எதிர்பார்க்காத கவினின் அப்பா, "நல்லா இருமா, நல்லா இருமா" என சொல்லி

சுவாதியை தூக்கிவிட்டார். தொடர்ந்து கவின் அம்மாவின் கால்களிலும் விழுந்து ஆசி பெற்றாள் சுவாதி. கவின் அம்மா, சுவாதி மரியாதை கொடுக்கும் குணத்தை பார்த்து சிலாகித்தே விட்டார். இதை பார்த்த நாதனும், தாத்தா பாட்டி கால்களில் விழுந்து விழுந்து எழுந்தான். கவின் அப்பா சிரித்துக்கொண்டே "போதும்டா பேராண்டி, போதும்" என சொல்லி நாதனை கட்டி அணைத்து கொண்டார். "செல்லம், கண்ணு..." என கவின் அம்மாவோ பேரனை கொஞ்ச ஆரம்பித்துவிட்டார்.

கவினும், சுவாதியும் தீபனை நோக்கி சென்றனர். தீபன் வருவான் என கவின் எதிர்பார்த்தான், ஆனால் மணி இருந்தது அவனுக்கு சந்தோஷமான ஆச்சர்யமே. மணி கோயம்புத்தூரில் ஒரு மெக்கானிக்கல் நிறுவனத்தில் மூத்த மேலாளராக பணியில் இருக்கிறான். தீபன் இன்றைய தேதியில் ஒரு தொழில் அதிபர், அவன் சுற்றுவட்டாரத்தில் ஒரு முக்கிய புள்ளி.

தீபன் அருகில் சென்றதும் சுவாதி அவன் கால்களில் விழுந்து வணங்க குனிந்தாள்

சுவாதி. இதை சற்றும் எதிர்பார்க்காத தீபன் "சுவாதி, என்னமா பண்ற" என அவளை தடுத்தான். கவினும் இதை எதிர்பார்க்கவில்லை.

"என்னை பார்க்க ஒரு அண்ணன் வந்திருந்தா நான் கண்டிப்பா கால தொட்டு கும்பிட்டிருப்பேன். நான் நல்லா இருக்கனும்ன்னு நினைக்கிற நீயும் எனக்கு அண்ணன் தான். சரி தான" என்றாள் சுவாதி

"உங்கள பார்த்த சந்தோசம் எனக்கு போதும்" என்றான் தீபன்.

"நீ மட்டும் தான் இவங்க நல்லா இருக்கணும்ன்னு நினைச்ச. நாங்க எல்லாம் கவின் கண்டமாகட்டும் நெனச்சோம், அப்படிதானடா" என தீபனை பார்த்து கவுண்டரை போட்டான் மணி.

"மச்சி, கொஞ்சம் சும்மா இருடா" என்றான் தீபன், சிரித்துக்கொண்டே தீபனையும், மணியையயும் ஆரத்தழுவினான் கவின்.

சுவாதி மணியை பார்த்து கேட்டாள் "போன வாரம் ஒரு பொண்ணு பார்க்க போனதா கவின் சொன்னான். என்ன ஆச்சு?"

"நான் பொண்ண பார்த்து பேசிட்டு வந்துட்டேன். இந்த வாரத்துக்குள்ள அவங்க வீட்டுல முடிவு

சொல்லுவாங்கன்னு நினைக்கிறன்" பெரும் எதிர்பார்ப்பு உணர்வுடன் சொன்னான் மணி

"நீ தான் பொண்ணுகிட்ட பேசீட்டியே. அப்போ அடுத்த பொண்ண பார்க்க ஆரம்பிக்க வேண்டியதுதானே, ஆனா அடுத்த பொண்ணுக்கிட்டயாவது எல்லாம் பிக்ஸ் ஆகுற வரைக்கும் பேசாம இரு" என்றாள் சுவாதி

"டேய்... என்னடா குடும்பமா வந்து கலாய்க்குறீங்களா. இவ்வளவு ஏன், மிஸ்டர் தீபன் கூட தான் நாப்பது சொச்சம் பொண்ணு பார்த்தான், எல்லாமே அவனை நாக்-அவுட் பண்ணிடுச்சு" என தீபனையும் கோர்த்துவிட்டு, கவினை பார்த்து கோபமாய் கேட்டான் மணி

"விடு மச்சி, நீ எப்படி டா இருக்க?" என கவின் கேட்க

"சிலர் கண்ணு பட்டதுனால, இன்னும் சிங்கிளாவே இருக்கேன் மச்சி" என சுவாதியை பார்த்தும் பார்க்காதது போல் சொன்னான் மணி.

கவின் யாரையும் கட்டியணைத்து பேசியதை நாதன் இது நாள் வரை கண்டதில்லை, தீபன், மணி, மகேந்திரன் என பெயர்களை

கேட்டிருந்தாலும், தொலைபேசியில் பேசியிருந்தாலும், கணக்கில்லாமல் பலமுறை போட்டோக்களிலும் விடியோக்களிலும் பார்த்திருந்தாலும், இப்போது தான் இவர்களை நேரில் பார்க்கிறான் நாதன். இவர்கள் மூவரும் இதுவரை எங்கும் பார்த்திடா தோழமையோடு பேசுவதை வியந்து ரசித்து கொண்டிருந்தான் நாதன். சுவாதியின் பின் ஒளிந்தவாறு நின்று கொண்டிருந்த நாதனை கவனித்தான் மணி.

"ஹலோ நாதன் டியர்" என சொல்லி நாதனை அழைத்தான் மணி.

"ஹலோ அங்கிள், ப்ளீஸ் கால் மீ நேத்தன்" என மெதுவாய் முன் வந்தான் நாதன்

அவன் அருகில் வந்ததும் மணி நாதனை தூக்கி ஒரு சுத்து சுத்தினான். சந்தோசத்துடன் திகைத்து விட்டான் நாதன்!

"டேய் மச்சி, சின்ன பையன் பயந்திடுவான் டா" என தீபன் சொல்ல, உடனே "நோ அங்கிள், இ லைக் திஸ். லெட்ஸ் டூ ஒன் மோர்" என சொன்னான் நாதன்

முதல் முறை சுற்றி முடித்த பின் தான் மணிக்கு நாதனின் கணம் தெரிந்தது! மீண்டும் அவன் சுற்ற சொல்வான் என எதிர்பார்க்கவில்லை! நாதனை தூக்கினால்,

நல்லி எலும்பில் வலி வருவது உறுதி என தெரிந்தது மணிக்கு, அதனால் "இது அடுத்த அங்கிள் டர்ன். அவன் என்னை விட சூப்பரா சுத்துவான்" என தீபனிடம் நாதனை தள்ளி விட்டான். சுவாதி புரிந்துகொண்டாள், "ஆமாம்மா, இதுல பொண்ணு பார்க்க வேற போறான்" என முணுமுணுப்புடன் சொல்லி சிரிக்கவும் செய்தாள். கவினுக்கும் இது காதில் விழுந்தது, அவனும் வாயையழுடி சிரிக்க ஆரம்பித்தான்.

வெள்ளை வேட்டி, வெள்ளை சட்டை கம்பீரமான மீசை என மொத்தமாக மிடுக்காக இருந்த தீபனை பார்த்த நாதனுக்கு மரியாதை மட்டுமே வந்தது, நாதனை தூக்க தீபன் முயற்சித்தபோது "நோ அங்கிள். தட்ஸ் ஓகே" என பவ்வியமாக சொன்னான் நாதன்.
"இவரு தான் தீபன் அங்கிள் நீ போன்ல பேசுவ இல்ல" சொன்னாள் சுவாதி
"நான் மணி அங்கிள் தான் பெரிய ஆளுன்னு நெனெச்சேன். பட், தீபன் அங்கிள் ஹேஸ் தி ஆரா" என்றான் நாதன்.

மணி முறைத்த படியே கவினை பார்த்து கேட்டான் "மச்சி சொல்லி குடுத்து கூப்பிட்டு வந்தியா!"

கவின் சொன்னான் "மச்சி, நாதனுக்கு மொச புடிக்கிற மூஞ்சிய பாத்தவுடனே கண்டுபிடிக்கிற டாலெண்ட் இருக்குன்னு இன்னிக்கு தான் எனக்கே தெரியும்"

"இதெல்லாம் நல்லா பேசு. உன்ன us அனுப்பும் போது, திரும்பி வந்தா சரக்கோட தான் வரணும்ன்னு சொன்னேன், எங்க டா?" என கேட்டான் மணி.

பைய்யை பார்த்து கண்ணடிதான் கவின். புரிந்தது மணிக்கு.

சுவாதி சொன்னாள், "ஹலோ, சின்ன பையன வெச்சுட்டு என்ன பேசுறீங்க. நாதன் போய் நல்லா தூங்கணும். இன்னிக்கு வெறும் ரெஸ்ட் தான். நாளைக்கு வெச்சுக்குங்க உங்க அரட்டையை".

பதிலுக்கு கவினை பார்த்து "மச்சி நீங்க வீட்டுக்கு போங்க. ரெஸ்ட் எடுங்க. நாளைக்கு ஈவினிங் நானும் மணியும் வர்றோம்", என சொல்லி மணியுடன் நகர்ந்தான் தீபன்.

இவர்களை அழைக்க இரண்டு கார்கள் வந்தன, கவின், சுவாதி, நாதன் கவினின் அம்மா முதல் காரில் ஏறினார்கள், அடுத்த காரில் கவின் அப்பா, கவின் தம்பி, கூடவே எல்லா பைகளும்.

கவின் பல வருடங்களுக்கு பிறகு தான் வளர்ந்த வீட்டுக்கு சென்றான். தொலைதூர பயணத்தின் பின் அவன் வீட்டை அடைந்தது, வேடந்தங்களை தொட்ட பறவையின் உணர்வை தந்தது... அது அவனுக்கு வீடு மட்டுமல்ல, நினைவுகளின் கூடும் தான்.

சில நிமிடம் அவனது பால்ய நாட்கள் அவன் கண் முன்னே வந்து போனது. தம்பியுடன் போட்ட சண்டை, திண்ணை அருகே அவன் விளையாடிய கிரிக்கட், குறும்பு செய்து வாங்கிய அடி, பத்து வயதில் இறந்து போன அவன் பாட்டி, என அனைத்தும் மின்வெட்டொலி போல் கலவையாக அவன் மனதில் ஓடியது.

சுவாதி, முதல் அடியை வலது காலில் வைத்து வீட்டின் உள்ளே வந்தாள். இதை கவினின் தாய் சுவனித்தார், கண்ணசைவின் மூலம்

கணவருக்கு 'எப்படி என் மருமக?' என பெருமித செய்தியை கடத்தினார். பெரிய வீடு இல்லையென்றாலும், பேரானந்தம் சுவாதிக்கு. சுவாதி முதலில் கேட்டது "அத்தை, பூஜை இடம் எங்க இருக்கு?",

கவினின் தாய் "வா மா. இங்க இருக்கு" என கூட்டி சென்றார்

அங்கே விளக்கு ஏற்றி, சில நொடி பிரார்த்தனை செய்து, பின் கவினையும், நாதனையும் சாமி கும்பிட சொன்னாள். இதை பார்த்ததும் கவினின் அம்மா "அம்மாடி, ரொம்ப சந்தோசமா இருக்கு. நீ தான்மா இந்த வீட்டுக்கு ஏத்த பொண்ணு. நாங்க தான் உன்ன ரொம்ப தாமதமா புரிஞ்சுக்கிட்டோம்" என கண்கலங்கி சொன்னார்.

"அழுகாதீங்க அத்தை" என சொல்லி, காலில் விழுந்து ஆசிர்வாதம் வாங்கினாள் சுவாதி கவின் 'இவ நிஜமாவே மரியாதை குடுக்குறாளா? இல்லை, சும்மா பிட்டு போடுறாளா?' என மனதிற்குள் சந்தேகத்துடன் சுவாதி தன் அம்மா காலில் விழுவதை பார்த்தான்.

"போய் எல்லாம் குளிச்சிட்டு வாங்க சாப்பிடலாம்" என்றார் கவின் அம்மா.

வசந்த் எல்லா பைகளையும் ரூமினுள் வைத்துவிட்டு, "நாதன் உனக்கு என்ன விளையாட புடிக்கும்? சித்தப்பா வாங்கிட்டுவர்றேன்" என்றான்

"சித்தப்பா, ஐ லைக் டிடி" என்றான். வசந்துக்கு ஒன்னும் புரியவில்லை.

சுவாதி சொன்னாள் "வசந்த், டேபிள் டென்னிஸ் தான் 'டிடி'ன்னு சொல்லுறான்"

"அது இங்கே கிடைக்காது செல்லம். சரி நீ சாப்பிட்டு முடி, நம்ம பைக்குல ஊர் சுத்தலாம்" என்றான் வசந்த்

"யாய்....ஐ அம் ஹாப்பி" என கட்டிலில் ஏறி குதித்தான். இரண்டாவது முறை குதித்தும் ஒரு ரிமோட் மேலே பறந்தது. டக்கென பிடித்தான் கவின்.

"அண்ணா அது எ/சி ரிமோட். டெம்பரேச்சர் செட் பண்ணிக்கோ" என சொல்லி அறையில் இருந்து வெளியேறினான்.

வசந்த் சென்ற பத்தாவது நொடியில் "நான் ஒன்னும் நடிக்கல. நிஜமாவே உங்க அம்மா மேல இருக்கும் மரியாதையில் தான் காலில் விழுந்தேன், அவங்களுக்கும் நம்மேல

அக்கறை இல்லாமல் இல்லை" என சொல்லி ரிமோட்டை எடுத்து டெம்பரேச்சர் செட் செய்து பின் குளிக்க கிளம்பினாள் சுவாதி.

"எப்படித்தான் கண்டுபுடிக்கிறாளோ?!!" என மெதுவாய் சொல்லி பேந்த பேந்த முழித்தபடி நின்றான் கவின். ஆனாலும் அவனுள் நிம்மதி பிறந்தது.

குடும்பக்கதை, பக்கத்துக்கு வீட்டு அரட்டை, சமையல், என முதல் நாள் போனது சுவாதிக்கும் கவின் அம்மாவுக்கும். கவின் எப்போது நண்பர்கள் வருவார்கள் என பார்த்தபடியே இருந்தான். நாதன் வசந்த்துடன் ஊர் சுற்றியவாறே இருந்தான்.

அடுத்தநாள் சரியாக ஆறுமணிக்கு ஆஜர் ஆனார்கள் கவின், தீபன், மணி. கவின், மணி கேட்டது போலவே, வெளிநாட்டு மது பணம் வாங்கி வைத்திருந்தான். ஆனால் கவினுக்கு புரியாத ஒன்று, மணிக்கு குடி பழக்கம் கிடையாது, அறவே பிடிக்கவும் பிடிக்காது! அவன் எதற்கு இப்போது சரக்கு கேட்கிறான் என்பதே!!

கவின் மது பாட்டிலை எடுத்து மணியிடம் கொடுத்தான். மணி "ஆகா, என்னமா பள பளன்னு ஜொலிக்குது" என்றான்

"நீ எப்போ டா குடிக்க ஆரம்பிச்ச?" என கவின் கேட்க

"அவன் குடிக்கமாட்டான் மச்சி" என்றான் தீபன் "அப்புறம் எதுக்குடா கேட்ட?" என்றான் கவின், மணியை பார்த்து.

"மச்சி எனக்கு தான் இதெல்லாம் சுத்தமா புடிக்காதே. இது எனக்கு இல்ல, ஆனா இத ரெண்டு மடங்கு விலைக்கு வித்துடலாம், பாரின் சரக்குக்கு செம டிமாண்ட்" என்றான் மணி.

"அட பாவி. நீ இன்னும் திருந்தவே இல்லையா?" என சொல்லி கவின் சிரித்துக்கொண்டிருக்கும் போது, "திருக்குறளை திருத்தணும்னு நினைக்கிறதும், தறுதலை திருந்தனும்ன்னு நினைக்கிறதும் நடக்கவே நடக்காது" என மாடி பிடியிலிருந்து ஒரு குரல் வந்தது.

"மகேந்திரா..." என கவின் சொல்லும் நொடி, மகேந்திரன் மாடியின் கடைசிப்படியை தாண்டி வந்தான்.

மகேந்திரனை பார்த்ததும் மூவருக்குமே சந்தோசம், ஆச்சர்யமும் கூட.

மகேந்திரன் தான் இருக்கும் ப்ராஜெக்ட்டை விட்டுவிட்டு, கவினை பார்ப்பதற்காகவே, பக்கத்து நகரத்தில் இருக்கும் ப்ராஜெக்ட்டை விடாப்பிடியாக வாங்கி வேலை செய்ய வந்திருக்கிறான்.

மகேந்திரனை பார்த்ததும் குஷியில் ஆரத்தழுவிக்கொண்டார்கள் மூவரும். ஒவ்வொருவரும் அவர்களது இத்தனை நாள் வாழக்கை பயணத்தை பற்றி பகிர்ந்து கொண்டார்கள்.

"மச்சி நீ நிறைய சமபாதிக்கிற, நீ ஊருல பெரிய மனுஷன், நீ வேலைல கெட்டிக்காரன்…" என மணியை, தீபனை, மகேந்திரனை பார்த்து சொன்னான் கவின், தொடர்ந்து "உங்கள இப்படி பாக்குறதுல ரொம்ப சந்தோசம் டா. நான் தான் தோத்துட்டேன்" என்றான் சோர்ந்த முகத்துடன்.

"டேய், வேலை கவுரவம் வெளியே இருக்கற வரைக்கும்தான், புகழ் எல்லாம் வீட்டு வாசல் வரைக்கும் தான், பணம் தர்ற நம்பிக்கை பீரோ வரைக்கும் தான். ஆனால் குடும்பம்ன்னு ஒன்னு இல்லாம இது எதுவுமே பிரயோஜனம்

இல்ல டா. அந்த விஷயத்துல நீ தான் டா யாரையும் விட ஜெயிச்சுக்காட்டியிருக்க" என்றான் மகேந்திரன். மகேந்திரன் சொன்னது மிக சரி என்பது போல் வேகமாய் தலை ஆட்டினார்கள் மணியும், தீபனும்.

அவர்கள் வேகமாய் தலை ஆட்ட கரணம் உண்டு.

தீபன் சில பெண் பார்த்தான், அவனை போலவே பணமும் வசதியும் படைத்தவர்கள் தான், ஆனால் தீபனின் தாய் உடல் நலம் குன்றி இருந்ததால், கல்யாணம் முடிந்தவுடன் அவனது தாயை ஏதேனும் ஹோமில் சேர்க்கவேண்டுமென கண்டிஷன் போட்டார்கள். சிரித்துக்கொண்டே அந்த சமந்தங்களை மறுத்துவிட்டான்.

மணியின் மனப்பொருத்தங்கள் அனைத்திலும் அவன் வாயாலேயே மண்ணை வாரி போட்டுக்கொண்டான். அவன் பேசும் பேச்சுக்கும், வாய் கொழுப்புக்கும் பெண் அமைவது சிரமமே. ஆனால், அவன் பேச்சையும் ரசிக்கும் ஒரு பெண் இல்லாமலா

போவாள்? அவளை தேடி மணியின் பயணம் தொடர்ந்து கொண்டுதான் இருக்கிறது.

மகேந்திரன் மூன்று மாதங்களுக்கு ஒரு முறை ஊர் மாறி சென்று வேலை செய்ய வேண்டும், அப்படி ஒரு வேலை அதுவும் அவனுக்கு பிடித்த வேலை. இந்த நிலையில் அவன் சொந்தத்தில் யாரும் அவனுக்கு பெண் தர முன்வரவில்லை! இப்போது மதம், ஜாதி கடந்து அவனுக்கு ஒரு நல்ல பெண் கிடைத்தால் போதும் என அவன் பெற்றோர் வேண்டுதலில் இருக்கிறார்கள்.

இது பற்றி ஒவ்வொருவரும் பேசிக்கொண்டிருக்கையில் கவினின் தம்பி வசந்த் வந்தான் "அண்ணா, கொஞ்சம் பேசணும்" என்றான். டேய், பேசு டா, இவங்களும் உனக்கு அண்ணனுக தான்" என்றான் கவின்

"அண்ணா என்னை மன்னிச்சுடு", என சொல்லி சட்டென காலில் விழுந்தான் கவின் தம்பி... யாருக்கும் ஒன்னும் புரியவில்லை.

"என்னை நீ தான் அண்ணா காப்பாத்தணும், நான் ஒரு இருபத்தி இரண்டு லட்சம் கடன்

பண்ணிட்டேன், அப்பாவுக்கு தெரிஞ்சா என்னை கொன்னு போடுவாரு" என்றான்.

கவினுக்கு ஒன்னும் புரியவில்லை!

ஆன்லைன் வர்த்தகம், ஆன்லைன் சூதாட்டம், கிரிக்கெட் என பல வழிகளில் சம்பாதித்த பணத்தை இழந்திருந்தான் வசந்த். அதுவும் கடனாய் வாங்கி அந்த பணத்தை சூதில் தொல்லைதான். சூது வென்றது கவ்வியது என்னவோ வசந்த்.

"சிங்கமா இருந்தாலும் ஷிட் போக முக்கணும். உழைப்போ யோசனையோ இல்லாம இங்க எதுவும் நடக்காது, வெறும் வாயிலேயே வடையை வருத்திடலாம்னு நினைக்காத... என்னைக்கேட்டா, நல்லவங்கள கூட கடவுள் கைவிடுவான் ஆனா நல்ல உழைக்குறவங்கள கை விடமாட்டான்னு தான் சொல்லுவேன்" சொல்லி முடித்தான் தீபன்

மணி கேட்டான் "என்ன மச்சி நீயும் பஞ்ச் பேச ஆரம்பிச்சுட்ட?!"

"அண்ணா பணத்தை குடுக்கலேன்னா, கல்யாணத்தை நடக்க விடமாட்டானுக. சீக்கிரம் பணத்தை கட்டணும்" என்றான் வசந்த்.

"சரி பார்த்துக்கலாம், ஒன்னும் பிரச்னை இல்ல..." என்றான் கவின்.

தீபனும், மகேந்திரனும் வசந்தின் தோளை பற்றி "பாத்துக்கலாம் டா, சரிபண்ணிடலாம்" என தெம்பு கொடுத்தார்கள் கண்ணை கசக்கிகொண்டிருந்த வசந்துக்கு. ஒரிரு நிமிடத்தில் ஆறுதலடைந்தான், அமைதியானான் வசந்த்.

இயல்புக்கு வந்தபின் "அண்ணா என்னை மன்னிச்சுடு", என சொல்லி மீண்டும் காலில் விழுந்தான் வசந்த்.
"டேய், என்னடா விளையாடுறியா?" என்றான் கவின்
மணிக்கு புரிந்தது "வசந்து, நல்லா வேலைய காட்டுற... காட்டு, காட்டு" என்றான்
"அண்ணா, இது அரேன்ஜ்ட் மேரேஜ் இல்ல, எனக்கு பாத்த பொண்ணு நமக்கு சொந்தம்தான். ப்ரியாவை எனக்கு (கல்யாணம் பண்ண போகும் பெண்) முன்னாடியே தெரியும். மூணு வருஷமா லவ் பண்ணுறோம்" என்றான் வசந்த்
'எவன் எவனுக்கோ நடக்குது. எனக்கு ஒரு நல்லது நடக்க மாட்டேங்குது' என மனதுக்குள் புழுங்கினான் மணி.

"அம்மா மாட்ரிமோனியல் மூலமா தான் இந்த பொண்ணு பார்தோம்ன்னு சொன்னாங்க?!!" வியப்புடன் கேட்டான் கவின்.

எல்லோரையும் முழித்து முழித்து பார்த்தான் வசந்த், பிறகு உண்மையை சொன்னான்"அண்ணா எங்க ஜாதகம் ஒத்து போகுற மாதிரி நானே ரெடி பண்ணி அதை மாட்ரிமோனியால் சைட்ல குடுத்தேன். என்னோட ப்ரோபைலும், ஜாதகமும் பிரியா அப்பாவுக்கு சஜஸ்ட் பண்ண நானே ஒரு ஆளை மாட்ரிமோனியல் ஆபீஸ்ல புடிச்சேன். அப்படிதான் இந்த கல்யாணம் செட் ஆச்சு". ஒரு திரைப்பட கதையே கேட்டது போல இருந்தது நால்வருக்கும்.

"உங்க அண்ணனை மிஞ்சீட்டடா... கங்கிராட்ஸ்" என்றான் மணி, தொடர்ந்தான் "மச்சி உடனே நான் கேரளாவுக்கு மூணு மாசம் போகணும்"

"எதுக்கு டா" என தீபன் கேட்க,

"இவன் கதையை கேட்டது மூலம், எனக்கு உள்மூலம் வந்திருக்கும்! போய் ட்ரீட்மெண்ட் எடுக்கணும். மச்சி, இவன் (வசந்த்) பெரிய பிராடா இருப்பான் போல"

வசந்தை பார்த்து கேட்டான் மணி "டேய், பொண்ணுகிட்டயாவது உண்மையா இருக்கியா இல்ல எதாவது பொய் சொல்லி லவ் பண்ணுனியா"

"அண்ணா, என்னுது ட்ரூ லவ்" என்றான் வசந்த்.

"ட்ரூ லவ்?? செருப்பு பிஞ்சிடும்... பிராடு பையா" என காட்டமாக சொன்னான் மணி.

"அண்ணா நான் சொல்லி முடிச்சிடுறேன், அப்புறமா என்னை எல்லாத்துக்கும் சேத்துவெச்சி திட்டிக்கோங்க" என்றான் வசந்த் "என்னது, இன்னும் இருக்கா? டேய் எனக்கு கிறுகிறுன்னு வருதுடா" என சொல்லி அமர்ந்தான் மணி.

"அப்பா வரதட்சணை பணம் பத்து லட்சம் கண்டிப்பா கொடுக்கணும்ன்னு கண்டிஷன் போட்டு தான் கல்யாணத்துக்கு ஒத்துக்கிட்டார். சும்மா சொந்தங்களுக்கு முன்னாடி பந்தா காட்டுறது தான் அவருக்கு வேணும். ஆனா ப்ரியா வீட்டுல தான் கல்யாண செலவும் பண்ணுறாங்க, இப்போதைக்கு பத்து லட்சம் முடியாது. ஒரு ரெண்டு மாசம் கழிச்சு தர்றதா சொல்லுறாங்க. உனக்கு தான் அப்பாவை பத்தி

தெரியுமே... அப்பா ஒதுக்கமாட்டாரு!! நீங்க எல்லாரும் தான் எனக்கு உதவனும்" என்றான்

"ஓ... முன்னாடி உன் அண்ணனுக்கு. இப்போ உனக்கு. இதுக்கு தான் எங்க மூணு பேரையும் பெத்துவுட்டு இருக்காங்க இல்ல?!" என்றான் மணி

"ங்கொக்கா மக்கா, உங்க பெமிலிக்கு பொண்ணும் குடுத்து பணமும் வேற குடுக்கணுமாடா. அவன் அவன் பொண்ணு கிடைக்காம காஞ்சு போய் சுத்துறான். உங்க பெமிலிக்கு மட்டும் எப்படி டா மாட்டுது?" என்றான் மணி, எரிச்சலின் காரணமாக வயிற்றில் ஆரம்பித்து காதில் வந்தது புகை.

தீபன் சொன்னான் "நாங்க பத்துக்குறோம்டா"
மணி சொன்னான் "இதுக்குமேல அண்ணா என்னை மன்னிச்சிடுன்னு காலுல மாட்டும் விழுந்துடாதே, அப்புறம் மவனே நான் மனுசனா இருக்க மாட்டேன்"
"இந்த ரெண்டு மட்டும் தான்னா. வேற ஏதும் இப்பவரைக்கும் இல்ல" என்றான் வசந்த்
"ஓ, அப்போ புதுசா பிரச்னை வர சான்ஸ் இருக்குன்னு சொல்லுற" என்றான் மணி, கவினை பார்த்து "டேய், உன் தம்பிய

மரியாதையா போக சொல்லிடு ஏதாவது அசிங்கமா திட்டிடுவேன்" என்றான்

மகேந்திரன் மணியிடம் சொன்னான் "டேய், அவன் நமக்கும் தம்பி தாண்டா. விடுடா"

நிதானமாக வசந்த் அவன் கதையை சொன்ன நேரத்தில் நிலவொளியே வந்துவிட்டது.

இதற்கு மேல் அங்கிருந்தால் புதிய பிரச்சனை உறுதி என தெரிந்தவுடன் வசந்த் நடையை கட்டினான். அப்போது சுவாதி மாடி படி ஏறி வருவதை பார்த்தான் வசந்த் "அண்ணி, அண்ணன் பிரெண்ட்ஸ் கூட மாடியில தான் இருக்காங்க" என நால்வருக்கும் கேட்கும் படியே சத்தமாக சொல்லி சிக்னல் கொடுத்தான்.

மணி சொன்னான் "பரவாயில்லை, பையன் நல்லா சிக்னல் கொடுக்கிறான். இப்படி சிக்னல் கொடுத்துதான் தான் பொண்ணுங்கள உசார் பண்ணுவானுக போல இருக்கு".

"சரி மச்சி, உன் வைப் வந்தாச்சு. நாங்க கிளம்பவேண்டியதுதானே" என்றான் மணி.

"சரி டா. நாளைக்கு பார்க்கலாம்" என்றான் தீபன்

"எல்லாரும், ஒழுங்கா சாப்பிட்டுட்டு போங்க. சாப்பிடாம ஒருத்தர் நகரக்கூடாது" என சொன்னபடியே வந்தாள் சுவாதி.

கவின் சுவாதியிடம் வசந்த் சொன்னதை பகிர்ந்து கொண்டான். சுவாதியோ "வசந்தும் நாதன் போல தான். நாம உதவி பண்ணாம எப்படி? நம்மகிட்ட பண்ட்ஸ் இருக்கு, இது எல்லாத்தையும் சரி பண்ணிடலாம்." என்றாள்.

"அடடா. இப்படி ஒரு அண்ணன், அண்ணி எனக்கு இல்லையே. என்னோட அண்ணியெல்லாம் எனக்கு ரெண்டு இட்லிக்கு மேல வெச்சதே கிடையாது" என்றான் மணி

"உனக்கு சாப்பாடு போடுறதே ஜாஸ்தி" என்றாள் சுவாதி

"டேய் நான் காண்டா கிளம்புறேன்டா" என கோபமாய் சொன்னான் மணி.

"சாரி மணி. சாரி" நான் விளையாட்டா தான் சொன்னேன் என்றாள் சுவாதி

"சரி சாப்பாட்டுல, சிக்கன் பிறை இருக்குல்ல" என அதே கோபத்துடன் கேட்டான் மணி.

எல்லோரும் சிரித்தார்கள்...

அடுத்த ஒரிரு நாட்கள் அந்த நகரம் முழுவதும் வசனத்துடன் சுற்றிய நாதன் பார்த்ததில், அவனுக்கும் பிடிக்கவும், பதியவும் செய்தது

தீபனின் உருவம் கொண்டு ஒட்டப்பட்ட பல போஸ்டர்கள் தான். எல்லா போஸ்டர்களிலும் 'தீபன் நாதன்' என எழுதி இருந்ததை கவனித்தான் நாதன். வசந்த்திடம் கேட்டான் "என்னோட பேரு தான் தீபன் அங்கிள் பேரா?"

"இல்ல டா, அவங்க அப்பா பேரு தான் உனக்கு வெச்சாங்க" என சொல்லி, நாதனின் பெயர் வந்த வரலாறை சொன்னனான் வசந்த்.

'நாதன்' என்ற பெயரில் இருக்கும் கம்பீரம் முழுதுமாய் உணர்ந்தான் அந்த சிறுவன்.

வீட்டுக்கு சென்றவுடன் கவின் அம்மா "நேத்தன் கண்ணு " என சொன்னதும்.

"பாட்டி என் பேரு நாதன். இனிமே அப்படி கூப்பிடுங்க" என்றான் நாதன்.

கவினுக்கும், சுவாதிக்கு பெரும் ஆச்சர்யம், அளவில்லா மகிழ்ச்சியும்.

இதை சரஸ்வதியிடமும் போனில் சொல்லி சந்தோஷப்பட்டாள் சுவாதி, வாரம் இரு முறையாவது சரஸ்வதியுடன் பேசிவிடுவாள். ஒவ்வொரு முறையும் "கட்டாயம் கல்யாணத்துக்கு வந்துதுங்க" என சொல்லிக்கொண்டே இருந்தாள் சுவாதி.

கல்யாணக்கலவரம்-2

வசந்தின் பொருளாதார பிரச்சனை அனைத்தையும் சுவாதி சரி செய்தாள். இருபத்தி இரண்டு லட்சங்களை கை பணமாக கடன் தந்தவரின் ஆள் வந்து வாங்கி சென்றான். பெண் வீட்டாருக்கும் தேவையான பத்து லட்சத்தை அவர்கள் வங்கி கணக்கில் சேரும்படி செய்தான் கவின். இதன் பின் வசந்த் மனக்கவிருக்கும் பிரியா தினமும் சுவாதிக்கு போனில் பேச ஆரம்பித்தாள் "அக்கா, அக்கா" என. ஒரு புது உறவும் கிடைத்தது சுவாதிக்கு.

இன்னும் இரண்டு மூன்று நாட்களே கலயாணத்துக்கு இருக்கும் நிலையில் சரஸ்வதியிடம் இருந்து அழைப்பு வந்தது "அம்மா சுவாதி. நான் கல்யாணத்துக்கு வர்றேன்" என்ற செய்தியும்.
"ரொம்ப சந்தோசம்மா. நீங்களும், அப்பாவும் ஒரு நாள் முன்னவே வாங்க" என்றாள் சுவாதி
"இல்லம்மா, நாங்க கல்யாணத்துக்கே நேரா வர்றோம். வழக்கமா எங்கயும் போக வேண்டாம்னு சொல்லும் என் வீட்டுக்காரர்,

உங்க ஊரு பேர கேட்டதும் சரின்னு சொல்லிட்டார். அங்க அவர் மூணு வருஷம் வேலை பார்த்தார். பழைய பிரெண்ட்ஸ் பாக்க இது அவருக்கு நல்ல சான்ஸ்" என்றார்.

"நீங்க ஒரு நாள் முன்னாடியே வாங்க மா, எங்க வீட்டுலயே தங்குங்க. அப்பாவோட பிரெண்ட்ஸ் போய் பாத்துட்டு வாங்க" என்றாள் சுவாதி.

"பரவாஇல்லமா, நீ சொன்னதே சந்தோசம். அப்புறம் ஒரு இண்டஷன் ஸ்டவ் கிப்ட்டா வாங்கிவரலாம்ன்னு இருக்கேன். ஏற்கனவே இருக்குன்னா, நான் வேற ஏதாவது கிபிட் பண்ணுறேன்" என்றார் சரஸ்வதி

"அம்மா, நீங்க வந்தா மட்டும் போதும். இந்த பார்மாலிட்டி எதுக்கு மா?" என்றாள் சுவாதி

"இருக்கட்டும்மா, இண்டஷன் ஸ்டவ் ஓகேவா?" கேட்டார் சரஸ்வதி

"சரி மா, உங்க பிரியம்" என்றாள் சுவாதி

"கல்யாணத்துல பார்க்கலாம் சுவாதி" என சொல்லி இணைப்பை துண்டித்தார் சரஸ்வதி. சுவாதிக்கு பெரும் சந்தோசம்.

கல்யாணத்திற்கு முந்தைய நாள்; "புடவை எடுத்து வெச்சாச்சா, நகை பத்திரம், மண்டபத்துக்கு வண்டி எப்போ வரும், மாப்பிள்ளை துணி தனியா வெச்சுக்குங்க, அந்த சமையல் ஆளுங்கள சரியான நேரத்துக்கு வரச்சொல்லுங்க, வெளியூர்ல இருந்து வர்றவங்கள நேர ஹோட்டலுக்கு போய் தங்கச்சொல்லி மெசேஜ் அனுப்பியாச்சா, ஹோட்டல்ல பத்து ரூம் சொல்லி இருக்கு இன்னும் ரெண்டு ரூம் எக்ஸ்ட்ரா தேவை இருக்கு, போட்டோ எடுக்க ஆளு எத்தனை மணிக்கு வருவாங்க...." என ஆளாளுக்கு ஒன்றை சத்தம்போட்டுக்கொண்டு செம்ம பிசியாக நொடி கூட நிற்காமல் சுழன்றுகொண்டிருந்தனர்.

நாதனும், வீட்டிற்கு வந்திருந்த உறவுக்கார சிறுவர்களிடம் இந்தியாவில் கல்யாணம் எப்படி நடக்கும், எத்தனை நேரம் மண்டபத்தில் இருக்க வேண்டும், ஆட்டம் பாட்டம் என நிகழ்ச்சிகள் இருக்குமா? சிறுவர்களும் நடமாடலாமா, அல்லது பெரியர்வர்கள் மட்டும் தான் ஆட அனுமதியா? என இந்திய திருமணங்கள் பற்றி தான் காது வழி கேட்ட

விஷயங்களை சரியா தவறா என தெரிந்துகொண்டிருந்தான். அவன் அதிகமாய் கேட்டது வட இந்தியாவில் நடக்கும் திருமணங்களை பற்றி. நம்மூரில் கதை வேறு, ஆட்டம் பாட்டம் இருக்காது அப்படியே நடந்தாலும் ஒரு அரை மணி நேரம் மட்டும் தான் என தெரிந்து கொண்டான் நாதன்.

வீட்டில் இருப்பவர்களை மண்டபம் அழைத்து போக வேன் வந்தது. சொந்தங்கள் அனைவரும் அதில் ஏறினர், சுவாதியும் அவர்களோடு செல்ல விருப்பம் தெரிவித்தாள். கவின் "நாம கார்ல போலாம் வெயிட் பண்ணு" என சொன்னபோதும் "இல்ல, நான் இவங்க எல்லார்கூடவும் பேசிட்டு வரேன்" என சொல்லி நாதனையும் அவளோடு கூட்டிச்சென்றாள்.

மண்டபம் வந்தடைந்தனர் அனைவரும். வண்டியின் உள்ளிருந்து பெட்டிகளை ஒவ்வொன்றாக எடுத்து வைத்துவிட்டு, எந்த பொருளும் விட்டுபோகள்வில்லை என இரு முறை எல்லா இருக்கையின் கீழும் தடவி பார்த்த பின்னரே இறங்கினார்கள் பெண்கள்.

சுவாதி மற்ற பெண்களை விட வேகமாய், பைகளை எடுத்துக்கொண்டு, மண்டபத்தினுள் நுழையும் போது, வரவேற்பில் நின்று கொண்டிருந்தவர்கள் அவள் மீது பன்னீர் தூவினார்கள். அவர்களுக்கு "தேங்க்ஸ்" என சொன்ன அடுத்த நொடி; அசராமல் பல அடி வைத்த அவள் கால்கள் நடுங்காத துவங்கின, சுற்றியும் தளிர் மரங்களும் ஒரு ஆலமரமும் இருந்து கூட அவளுக்கு மூச்சு அடைத்தது, 'அவ கூட பேசி ஜெயிக்கமுடியாது' என சுவாதியை பற்றி சொன்னவர்கள் பல நூறு பேர் இருந்தும் அவளுக்கு வார்த்தை வராமல் தொண்டை அடைத்தது.

"நல்லா இருக்கியாமா" என பன்னீர் தெளித்த சுவாதியின் தந்தை கேட்டார்!

"அப்பா..." என அவரை கட்டிக்கொண்டாள் சுவாதி

"நல்லா இருக்கியாடி நான் பெத்தவளே" என சுவாதியின் தாய், கோபமான தொனிலயில் அழுதுகொண்டே சுவாதியின் தோளை தட்டினார்.

"அக்கா, எப்படி இருக்க?" என இனிமையான குரலில் அவளது தம்பி சுவாதியின் கையையும், நாதனின் கையையும் பிடித்தான். "ஹே நேத்தன்" என்றான் சுவாதியின் தம்பி "அங்கிள், கால் மீ நாதன்" என்றான் நாதன் என்ற பெயரில் இருக்கும் கம்பீரம் தெரிந்த நாதன்.
எப்பேற்பட்ட வரவேற்பு!! இப்படி ஒன்று நடக்கும் என எதிர்பார்க்கவில்லை சுவாதி.

"வாங்க சம்மந்தி அம்மா... அண்ணே, எல்லாம் எப்படி இருக்கீங்க. நீங்க நேத்தே வந்திருக்கணும், பொண்ணுக்கு ஆச்சரமயமூட்ட காத்திருந்து இன்னிக்கு தான் வந்திருக்கீங்க" என கவினின் தாய் சாதாரணமாக அவர்களிடம் பேசிவிட்டு, "சுவாதி, நீ பேசிகிட்டு இருமா, வேலையெல்லாம் நாங்க பார்த்துகிறோம்" என சொல்லி நாதனை சுவாதியின் அம்மா கைகளில் கொடுத்து விட்டு சென்றார்.

சுவாதிக்கு ஒன்றும் புரியவில்லை! தன் மாமியார், மிக சகஜமாக அம்மாவிடம் பேசிவிட்டு போகிறார்! இவர்களுக்குள் ஏற்கனவே அறிமுகம் இருக்கிறதா? இது எப்படி

சாத்தியம் என பல பல கேள்விகள் தோன்றியது சுவாதிக்கு. உடனே கவினுக்கு போன் செய்தாள்.

"கவின், என்னோட அப்பா, அம்மா..." என சொல்லும் நேரம் தொண்டை அடைத்தது...

"தெரியும். உனக்கு சர்ப்ரைஸ் குடுக்கணும்ன்னு தான் சொல்லல. நானே உன்னை கூட்டிட்டு போய் காட்டலாம்னு தான் என்கூட வர சொன்னேன். நீ தான் அவசரமாய் வேன்ல போயிட்ட. நான் மட்டும் என் குடும்பத்தோட சேர்ந்தா போதுமா, உனக்கும் அந்த சந்தோசத்தை தரணும்ன்னு முயற்சி பண்ணினேன். ஆனா இத செஞ்சது தீபன் தான், அவனுக்கு தான் பெரிய பெரிய தேங்க்ஸ் சொல்லணும்" என்றான் கவின்

சுவாதியின் கண்கள் நிறை குடமாய் மாறியது.

இதெல்லாம் எப்படி நடந்தது??

சில வாரங்களுக்கு முன், கவினுக்கு அவன் வீட்டில் இருந்து போன் வந்த ஒரு சில நாட்களுக்கு பின், தீபனுடன் கவின் பேசினான். எப்படியேனும் சுவாதியின் வீட்டாளுகளை இந்த கல்யாணத்துக்கு வரவழைக்க வேண்டும் என சொல்லி, தீபனிடம் தன் சார்பில் அவள்

அப்பாவிடம் பேச முடியுமா என கேட்டான்.
உடனே சரி என சொன்னான் தீபன், ஆனால்
இது கண்டிப்பாக நடக்குமா என்ற சந்தேகம்
இருவருக்கும் இருந்தது.

தீபன் தொடர்ச்சியாக வியாபாரத்தில் கவனம்
செலுத்த வேண்டியிருந்ததால், சில நாட்கள்
சுவாதியின் அப்பாவை காண செல்லவில்லை.
ஒரு நாள் முடிவாக இன்று அவரை சந்தித்தே
தீர வேண்டும் என கிளம்பினான் தீபன்.
அவனுக்கு சொந்தமாய் ஒரு பெட்ரோல் பங்க்
உண்டு, அதில் எரிபொருள் நிரப்ப சென்றான்.
அங்கே வேலை செய்பவர்களிடம்
பேசிக்கொண்டிருந்த வேளையில், பங்கின்
முன்பு ஒரு விபத்து நேரிட, ஒரு முதியவரும்,
வாலிபனும் ஆட்டோ வேகமாய் மோதியதில்
பைக்கிலிருந்து கீழே விழுந்திருந்தனர்.
விரைந்து சென்று பார்த்த தீபனுக்கு, அதிர்ச்சி
அங்கே அடி பட்டு கிடந்தது சுவாதியின் அப்பா.
விழுந்த இன்னொரு வாலிபன் சுவாதியின்
தம்பி.
தீபன் சுவாதியின் அப்பாவை தூக்கும்
போதுதான் கவனித்தான் அவர் தலையில்
அடிபட்டிருப்பதையும், ரத்தம் கசிவதையும்.

கீழே கிடக்கும் பைக்கை உள்ளே நிறுத்திவைக்கும்படி, பங்கில் வேலை செய்பவரிடம் சொல்லிவிட்டு. உடனே அவரை காரில் ஏற்றி, சுவாதியின் தம்பியை அவர் தலையை துணி வைத்து பிடிக்க செய்து இன்னும் ரெண்டு கிலோமீட்டரில் வரும் மருத்துவமனைக்கு விரைந்தான்.

தீபனை பார்த்ததும் அங்கிருந்த வாடிக்கையாளர் அதிகாரி, ஏதொன்றும் கேட்காமல் உடனே சுவாதியின் அப்பாவை சிகிச்சை பிரிவுக்கு அழைத்து சென்றார். தீபனுக்கு அந்த மருத்துவமனையின் உரிமையாளர் மிக நெருக்கம் என்பதனால் எந்த பாரமும் எழுதாமல், முன்பணம் ஏதும் கட்டாமல் சிகிச்சை ஆரம்பிக்கப்பட்டது. எல்லா மருத்துவமனையும் சிகிச்சைக்கு வருபவர்களை தீபன் போலவே பார்த்தால் அது தான் உண்மையான சேவையாக இருக்கும்!!

தீபனை பார்த்து கும்பிட்டு சுவாதியின் தம்பி சொன்னான் "சார், ரொம்ப நன்றி"
"உனக்கு ஒன்னும் ஆகலேயே தம்பி" என கேட்டான் தீபன்

"இல்ல சார், சின்னதா சிராய்ப்பு தான். அப்பாவை நினைச்சாதான் கொஞ்சம் பயமா இருக்கு" என்றான்

"ஒன்னும் ஆகாது பா. டாக்டர்ஸ் எனக்கு தெரிஞ்சவங்கதான். பாத்துக்கலாம்" என தைரியம் கொடுத்தான் தீபன்.

"நீங்க பேசுறது ஆறுதலா இருக்கு சார். நீங்க யாருன்னு கூட தெரியாது, ஆனா இவ்வளவு தூரம் வந்து உதவி பண்ணி இருக்கீங்க" என்றான் சுவாதி தம்பி

"பரவாயில்லப்பா. பாத்து வேண்டிய ஒட்டியிருக்கலாமே தம்பி" என தீபன் சொல்ல

"சார், எங்கப்பாவுக்கு சமீபமா தொழில்ல ரொம்ப நஷ்டம். எனக்கும் இன்னும் வேலை கிடைக்கல, அந்த டென்ஷன் தான் அவரை தப்பு பண்ண வச்சிருக்கு! நான் வேண்டிய ஒட்டியிருந்தா நிச்சயம் இது நடந்திருக்காது" என்றான்.

அந்த சமயம் டாக்டர் வெளியே வந்தார் "தீபன், அந்த பெரியவருக்கு தையல் மட்டும் போட்டிருக்கு. ரொம்ப குய்க்கா ஹாஸ்பிடல் கொண்டுவந்ததால எந்த பிரச்சனையும் இல்ல. கொஞ்சம் லேட்டாயிருந்தாலும்

காம்பிளிக்கேட்டட் ஆகியிருக்க வாய்ப்பிருக்கு" என்றார்

டாக்டரை பார்த்து "இது தான் அந்த பெரியவரோட பையன்" என சுவாதியின் தம்பியை கை காட்டினான் தீபன்.

அவனது கையில் சிராய்ப்பை பார்த்த டாக்டர் "தம்பி, உங்க அப்பாவுக்கு ஒன்னும் இல்ல. கொஞ்சம் மெடிகேஷன் கொடுத்துஇருக்கேன். ஸ்கேன் ரிப்போர்ட்ஸ் இன்னும் கொஞ்ச நேரத்தில் வந்திடும், இன்னிக்கு ஒரு நாள் மட்டும் அபசர்வேசன்ல இருக்கட்டும். அப்புறம் உன் கைலயும் சிராய்ப்பு இருக்கு..."என சொல்லி அங்கிருந்த நர்ஸை பார்த்து "சிஸ்டர், பர்ஸ்ட் எயிட் பண்ணிடுங்க" என சொல்லி நகர்ந்தார்.

தீபனும் சுவாதியின் தம்பியும் சிகிச்சை அறைக்கு உள்ளே சென்றனர்.

"அப்பா, இவரு தான் நம்மள ஹாஸ்பிடல் கூட்டிவந்தாரு" என தீபனை காட்டினான் சுவாதி தம்பி

கை கூப்பினார் சுவாதி அப்பா. "பெரியவங்க, நீங்க போய் என்ன கும்பிடுறீங்க" என சொல்லி அவரது கையை இறக்கினான் தீபன்

"கவலை படாதீங்க. உங்களுக்கு ஒன்னும் இல்ல. நாளைக்கு நீங்க டிஸ்சார்ஜ் ஆயிடலாம்" என்றான்

"தேங்க்ஸ் தம்பி" என்றார் சுவாதி அப்பா

"அப்புறம் உங்க பையன நெனெச்சு கவலைப்படாதீங்க. நாளைக்கே ஒரு வேலை நான் ரெடி பண்ணுறேன்" என சொல்லி நகர்ந்தான் தீபன்.

அடுத்த நாள் காலை தீபன் இவர்களை பார்க்க வந்தான், "சார், வாங்க. வாங்க" என்றான் சுவாதி தம்பி

உள்ளே வந்ததும் "சார், நல்ல இருக்கீங்களா?" என கேட்டான் தீபன்

"வாங்க தம்பி, உங்களுக்கு கோடி புண்ணியம்" என சொன்னார் சுவாதியின் தாய்

"நல்ல இருக்கேன்" என மெதுவாய் பதில் சொன்னார் சுவாதி அப்பா

"டாக்டர் கிட்ட பேசிட்டேன். உங்க ரிப்போர்ட்ஸ் நார்மல். அப்புறம் தம்பிக்கு வேலை ரெடி. அடுத்தவாரம் போய் சேர்த்திடலாம்" என ஒரு விசிட்டிங் கார்டை சுவாதி தம்பியின் கையில் வைத்தான் தீபன்

"தம்பி நீங்க யாரு, இதெல்லாம் நீங்க ஏன் செய்யணும்" என சுவாதி அப்பா கேட்க

முதலில் சுவாதியை தனக்கு தெரியும் என சொல்ல நினைத்தான், இருந்தும் தனது உதவியை அவர்கள் ஏற்காமல் போய் விடுவார்களோ என யோசித்த தீபன் தான் யார், தனது அப்பா யார், என்ன தொழில் செய்துகொண்டிருக்கிறான், என்பதை சொல்ல ஆரம்பித்தான். கடைசியாய் சுவாதி பற்றி பேசலாம் என முடிவு செய்தான்.

அவன் குடும்பத்தை பற்றி தீபன் சொன்னவுடன், "தம்பி, ரொம்ப வர்ஷம் முன்னாடி கலவரத்துல இறந்துபோன நாதன் அவரோட பையனா நீங்க?" என்றார் சுவாதி அப்பா.

"ஆமா, உங்களுக்கு என் அப்பாவை தெரியுமா?" என ஆர்வமாக கேட்டான் தீபன்.

"நான் உயிரோட இருக்க உங்க அப்பா தான் பா காரணம். ரொம்ப வர்ஷம் முன்ன நடந்த கலவரத்துல அவரோட நண்பனை ஒரு கையிலயும், யாருன்னே தெரியலானாலும் என்னை ஒரு கைலயும் பிடிச்சு இழுத்து சாவுல இருந்து என்னை மீட்டார். உங்க குடும்பத்துக்கு நான்தான் பா நன்றி கடன் பட்டிருக்கேன். இன்னிக்கு உன்னால அந்த

கடன் சுமை கூடியிருக்கு. இது போக என் பையனுக்கு வேலை கூட வாங்கி தந்திருக்க. உனக்கும், உன் அப்பாவுக்கும் என் குடும்பமே கடன் பட்டிருக்கு" என்றார் சுவாதி அப்பா.

"தம்பி, கொஞ்ச நேரம் முன்னாடி நீ எனக்கு புள்ளை மாதிரின்னு சொல்ல நினைத்தேன்! ஆனா சொல்லமாட்டேன்! இனி, நீயும் எனக்கு புள்ளை தான். நல்லா இருக்கணும் கண்ணு நீ" என ஆசிர்வதித்தார் சுவாதி அம்மா.

தீபனுக்கு பெறும் அதிர்ச்சி. வாழ்க்கை சக்கரம் யாரரை எங்கெங்கு சுத்தி கொண்டு செல்லும் என யூகிப்பது மிக கடினம்!

தன் தந்தை இறந்து இத்துணை வருடம் ஆனா பிறகும் பிறர் நன்றி கூற வாழ்ந்துகொண்டிருக்கிறார் என பெருமிதம் கொண்டான். அவன் பெருமூச்சு முடியும் முன் மெய்சிலிர்த்த மார்பும், தலையும் இன்னும் நிமிர்த்திருந்தது.

அப்போது சுவாதியின் தந்தை கேட்டார் "தம்பி உனக்கு என்ன கை மாறு செய்யப்போறன்னு எனக்கு தெரியல" என சொல்லி கலங்கினார்

"கண்ணு, உன்ன உங்க அப்பாவா நெனெச்சுகிறேன். உன் கால காட்டு பா" என்றார் சுவாதியின் தாய்

"அம்மா, என்னமா என் காலுல போய்..." என காலில் விழவந்த சுவாதியின் தாயை தடுத்தான் தீபன்.

அப்போது "அண்ணா" என சொல்லி காலில் விழுந்திருந்தான் சுவாதி தம்பி

நெகிழ்ச்சியான தருணமாய் இருந்தது அறையில் இருந்த அனைவருக்கும்

"உனக்கு எங்களால என்ன செய்ய முடியும்ன்னு தெரியல பா" என்றார் சுவாதியின் தாய்

"உங்க பொண்ண ஏத்துக்குங்க, எனக்கு அது போதும்" என சொல்லி, சுவாதியின் தம்பி இடம் கவினது போன் நம்பரை குடுத்து சென்றான் தீபன்.

அன்றே கவினிடம் சுவாதியின் மொத்த குடும்பமும் பேசிவிட்டது, அடுத்தநாள் முதல் கவின் பெற்றோரும், சுவாதியின் பெற்றோரும் அவர்களுக்குள் பேச துவங்கிவிட்டனர். ஆனால் கவின் சுவாதிக்கு இன்ப அதிர்ச்சி

கொடுக்கவே இந்த பெறும் விஷயத்தை மறைத்து விட்டான்.

நடந்தவற்றை சுவாதியின் தம்பி விவரித்து முடிக்கும் நேரம் கவின் மண்டபம் வந்தடைந்தான். சுவாதி ஓடி சென்று அவனை கட்டிக்கொண்டாள்.

"தேங்க்ஸ் டா" என்றாள் சுவாதி கண்ணீருடன். அவளது அழுகையை நிறுத்துவதற்காக கண்ணடித்து சொன்னான் "இன்னிக்கு மழை வருமோ?"

"சீ... வா உள்ள நெறய வேலை இருக்கு. அப்புறம் தீபன், மணி, மகேந்திரன் எல்லாம் எப்போ வராங்க?"என கேட்டாள்.

"கண்டிப்பா சாயந்திரம் வந்திடுவாங்க, சரி போய் நாதனை பாரு" என சொல்லி பந்தல் கட்ட வந்த ஆட்களை போய் பார்த்தான்.

கவின் பந்தல் ஆட்களை பார்க்க சென்றான், அவனுக்கு முன்னதாகவே சுவாதியின் அப்பாவும், தம்பியும் அங்கே வேலையில் இறங்கிவிட்டனர்.

"மாப்பிள, நீங்க போய் ரெஸ்ட் எடுங்க. நாங்க பாத்துகிறோம்" என்றார் மாமனார்

"மாமா, நாதன் உங்கள தேடினான், அவனை போய் பாருங்க. இதெல்லாம் நாங்க பாத்துக்க மட்டமா?" என்றான் மச்சான்

சொந்தங்கள் தோழமை உணர்வுடன் சூழ்ந்துவிட்டால் அதை விட ஒரு ஒரு நிறைவான நாள் இருக்கமுடியுமா?

சாயந்திரம் ஆனது தீபன், மணி, மகேந்திரன் மண்டபம் வந்தடைந்தனர்.

தீபனை பார்த்ததும் சுவாதி ஓடி வந்து "அண்ணா, என்னை ஆசீர்வாதம் பண்ணு" என காலில் விழுந்தாள்.

"எதுக்கு சுவாதி இதெல்லாம், நல்ல இரு" என அவளை தூக்கிவிட்டான் தீபன், சுவாதிக்கு விஷயம் தெரிந்துவிட்டது என புரிந்துகொண்டான்

"அப்படியே என் நண்பனையும் நல்லா பாத்துக்கோ" என சுவாதி எழும்முன் ஒரு பிட்டை போட்டான் மணி.

"மணி உனக்கு எப்போ பாரு விளையாட்டுதான்" என கடிந்து கொண்டாள் சுவாதி

"தீபன், நீ எனக்கும் கவினுக்கும் கல்யாணம் பண்ணி வெச்சது, உங்க அம்மா என்னை

பொண்ணு மாதிரி பாத்துக்கிட்டது, உன்ன என்னோட அண்ணனா நான் நினைச்சது, இது எல்லாத்துக்கும் ஏதோ ஒரு முன் காரணம் இருந்திருக்கு பாரேன். இப்போ சொல்றேன், என்னோட பையன உன் மடியில வெச்சு தான் காது குத்தப்போறேன்" என்றாள் சுவாதி

"சீக்கிரமா குத்துங்க. நாதன் ஏற்கனவே நாப்பது கிலோ! தீபன் வெயிட் தாங்க மாட்டான்" என முனங்கியபடி மகேந்திரனிடம் சொன்னான்

சிரித்துக்கொண்டே மகேந்திரன் "மணி, சும்மா இருடா" என்றான்

"அங்க என்ன முனங்கல்?" என சுவாதி கேட்க "இன்னுமா காது குத்தாம இருக்கீங்கன்னு" சொன்னேன் என்றான் மணி.

"எனக்கு நிறையா வேலை இருக்கு" என தீபனையும், மகேந்திரனையும் பார்த்து சொல்லிவிட்டு அங்கிருந்து நகர்ந்தாள் சுவாதி.

அப்போது எதிரே கவின் வந்தான் சுவாதியின் முகத்தில் கோபம் லேசாக கொப்பளிப்பதை கண்டான், "டேய் மணி ஏதாவது சொன்னியா" என அவனிடம் கேட்டான்

"விடு மச்சி, அவங்க ரெண்டு பெறும் தான் டாம் அண்ட் ஜெர்ரி ஆச்சே" என தீபன் சொன்னான்

கவின், "மச்சி, ரொம்ப தேங்க்ஸ் டா. சுவாதி இன்னிக்கு அவ குடும்பத்தோட சந்தோசமா இருக்கா" எனறான் தீபனிடம்

"தீபன் சொன்னான், மச்சி உங்க மாமனாரை அடுத்த நாள் ஹாஸ்பிடல்ல பாக்குறப்போ உன் மச்சானுக்கு வேலை வாங்கி குடுத்து. அப்புறம் சுவாதிக்கிட்ட பேச சொல்லுன்னு ஐடியா குடுத்தது மணிதான். ஆனா எனக்கே, அன்னிக்கு நிறைய அதிர்ச்சி இருந்துச்சு. எப்படியோ எல்லாரும் ஒன்னு சேர்ந்துடிங்க. எங்க மூணு பேருக்கும் சந்தோசம்" என்றான் தீபன்

மூவரையும் கட்டி அணைத்து கொண்டான் கவின்.

அப்போது வசந்த் வேகமாய் நால்வரிடம் வந்தான் "அண்ணா, ஒரு சின்ன பிரச்சனை" என்றான்.

"விஷயத்தை சொல்லு" என்றான் கவின்

"அண்ணா, கொஞ்ச நாள் முன்னாடி நான் 'டிண்டர்' ஆப்புல ஒரு பொண்ணு கூட பேசிகிட்டு இருந்தேன். அவ இப்போ எனக்கு சம்மந்தமே இல்லாம மெசேஜ் அனுப்பி இருக்கா, அந்த நேரம் பார்த்து போன் ப்ரியா

கைல இருந்துச்சு, அவ பாத்துட்டா!! ஆனா சத்தியமா இப்போ நான் டிண்டர்ல இல்லை. அந்த பொண்ணு கூடயும் டச்சுல இல்ல. அந்த பொண்ணு யாரு, என்ன அப்படின்னு கேள்வி மேல கேள்வி கேக்குறா. பதில் தெரியாம ரிசப்ஷன் வந்து உக்காரமாட்டேன் அப்படிங்குறா!! ஏதாவது செஞ்சு என்ன காப்பாத்துங்க அண்ணா" என அண்ணன்கள் நால்வரிடம் சொன்னான்.

"நீ பக்கத்துல இருந்தியா?" கேட்டான் கவின்

"இல்லனா, நம்ம சித்தப்பா பொண்ணு தனிஷா தான் இருந்தா. அவ தான் என்கிட்ட வந்து சொன்னா" பதட்டத்துடன் சொன்னான் வசந்த்

மணி சொன்னான் "டேய், ரொம்ப சிம்பிள். அந்த பொண்ணு ரொம்ப வருஷமா உன்னை ஒன் சைடு லவ் பண்ணுறா. நீ கமிடெட், கல்யாணம் ஆகப்போகுதுன்னு அவளுக்கு தெரியாது, உன் பிரெண்டோட தங்கச்சி தான்னு சொல்லு"

மணியை கையோடு இழுத்துக்கொண்டு "அண்ணா இத சரி பண்ண நீங்க தான் கரெக்ட். நீங்களே வந்து பேசுங்க" சொன்னபடி மணியை கூட்டி மணமகள் அறைக்கு சென்றான் வசந்த்

"ப்ரியா, என்ன பிரச்சனை" என தைரியமாக கேட்டான் வசந்த்

'பக்கி தனமா வேலை பண்ணிட்டு, பயப்படாம பேசுது பாரு' மணியின் மைண்ட்வாய்ஸ்

"வசந்த், யாரு ஷைலஜா? நீங்க ரெண்டு பேரும் ரொம்ப கிளோசா?" என காட்டமாக கேட்டாள் ப்ரியா

"ஓ.. அதுவா?? ப்ரியா, அவ என் பிரென்ட் தங்கச்சி தான். அவ எனக்கு இப்படி தான் ரொம்ப வருஷமா மெசேஜ் பண்ணுறா. அது ஒரு லூசு, கண்டுக்காத..." என்றான் வசந்த்

'அச்சு மாறாம சொல்லுறான், இவன் முளைச்சதுல இருந்தே மொள்ளமாரியா இருப்பான் போலயே' மீண்டும் மணியின் மைண்ட்வாய்ஸ்

ப்ரியா கேட்டாள் "சரி, உடனே உன்னோட பிரெண்ட பாக்கணும். நானே கேட்டுக்குறேன்" என்றாள் ப்ரியா

"இப்போ நான் எங்க போய் அவனை தேடுறது..." என சமாளிக்க முயன்றான் வசந்த், ஆனால் ப்ரியாவின் தீவிரத்தை அறிந்த மணி "வசந்த், அவன் மண்டபத்துலதான் இருக்கான்" என சொல்லி சுற்றும் முற்றும் பார்க்கும் நேரம், வசந்தின் கண்ணில் பட்டது மகேந்திரன்.

"அதோ அது தான் என் பிரென்ட்" என மகேந்திரனை காட்டினான்

இதை எதிர்பார்க்காத மணி "ஆமா, அங்க தான் இருக்கான்" என சொல்லி, "மகேந்திரா" என சத்தமிட்டான்

ஏதோ முக்கியமான விஷயம் என நினைத்து வேகமாய் சென்றான் மகேந்திரன், அங்கே போனதும் "என்னங்க, உங்க தங்கச்சி இப்படி பண்ணுறா?" என்றாள் ப்ரியா

மகேந்திரனுக்கு ஒன்றும் புரியவில்லை, மணியை பார்த்தான் அவனோ கண்ணடித்து தலையை சாய்க்க 'அமைதியாய் நில்லு' என்ற சிக்னல் சரியாக போய் சேர்ந்தது மகேந்திரனுக்கு.

"கல்யாணம் பண்ண போற ஒருத்தனுக்கு இப்படி மெசேஜ் அனுப்புவாளா உங்க தங்கச்சி?" என மீண்டும் கேட்டாள் ப்ரியா, தலை குனிந்தபடி அமைதி காத்தான் மகேந்திரன் சட்டென வசந்த் உள்ளே புகுந்தான் "ப்ரியா, அந்த பொண்ணுக்கு ஸ்கூல்ல படிக்கும் போது இருந்தே நிறைய பாய் பிரென்ட்ஸ்... அவரு என்ன பண்ணுவாரு பாவம்" என மகேந்திரன் தோளை தட்டிக்கொண்டுதான்.

'அட பாவிகளா, இல்லாத தங்கச்சிய எவ்வளவு அசிங்கப்படுத்துறாளுக' இந்த முறை மிண்ட்வாய்ஸ் மகேந்திரனுடையது

"நல்ல குடும்பத்து பொண்ணு இப்படி செய்யமாட்டா. போய் உங்க தங்கச்சிய ஒழுங்கா இருக்க சொல்லுங்க" என சொல்லி மேக் அப் செட்டை கையில் எடுத்தாள் ப்ரியா. அவள் சமாதானமாகிவிட்டாள் என புரிந்தது வசந்துக்கு. அப்போதுதான் ப்ரியாவுக்கு ஒரு சந்தேகம் எழுந்தது 'வசந்துக்கும், அவருக்கும் (மகேந்திரன்) நிறைய வயது வித்யாசம் தெரியுது ஆனா பிரெண்ட்ஸ்ன்னு சொல்லுறான்!' இதை கேட்க திரும்ப முயற்சிசெய்த போது. மேக் அப் போடும் பெண் "அசையாதீங்க" என திடமாய் சொல்ல அமைதியாகிவிட்டாள் ப்ரியா.

ஆனால் பொளேர் என அப்பாமலே, மகேந்திரனின் கன்னம் ஒரு பக்கம் திரும்பி இருந்தது.

வெளியே வந்ததும் "மச்சி என்னடா இதெல்லாம்" என மணியை பார்த்து கேட்டான் மகேந்திரன். "பொறு டா, கல்யாணம் முடியட்டும். இது எல்லாத்துக்கும் சேர்த்து,

இவன நான் என்ன பண்ணுறேன்னு பார்"
என்றான் மணி.

கல்யாண மண்டபத்தில் பெண்கள் பல
குழுக்களாக கூடி பேசிவந்தனர், அப்படி ஒரு
குழுவில் சுவாதி மாட்டி கொண்டாள். அவர்கள்
பேசியது எல்லாம் அடுத்தவர் பற்றி புரளி
மட்டுமே. அதில் அடுத்து கல்யாணத்துக்கு
தயாராய் இருந்த ஒரு பெண்ணை பற்றி
பேசத்துவங்கினார்கள், "இன்னும் படிப்பு
முடியல, ஆனா கல்யாணம் பண்ணிடனும்.
படிச்சு மட்டும் என்ன ஆகப்போகுது" என
பேசிக்கொண்டிருந்தனர். இதை கேட்டவுடன்
அந்த பெண் யாரென்று கேட்டு தெரிந்து,
அவளிடம் சென்று "நான் கவினோட வைப்"
என அறிமுகப்படுத்திக்கொண்டு, "ஒன்னு
சொல்லலாமா?" என கேட்டாள். "சொல்லுங்க
அக்கா" என்றாள் அந்த பெண்

"வாழ்க்கை கடல் மாதிரி, படிப்பு நீச்சல் மாதிரி.
கல்யாணம் முக்கியம் தான். சுயமரியாதையும்,
தன்னம்பிக்கையும் அதே அளவு முக்கியம்.
ஆல் தி பெஸ்ட்" என சொல்லி நகர்ந்தாள்
சுவாதி.

சுவாதியின் செய்தி சரியாய் பதிந்தது அந்த பெண்ணுக்கு.

அடுத்த நாள் முகூர்த்தத்துக்கு இன்னும் ஒரு மணி நேரம் கூட இல்லை, சரஸ்வதியும் அவரது கணவரும் மண்டபம் வந்தடைந்தாரகள். சுவாதிக்கு பெறும் மகிழ்ச்சி, தன் தாய் தந்தை, மாமனார், மாமியாரை அறிமுகம்செய்து மிகுந்த சந்தோஷத்துடன் வரவேற்றாள்.

பெண்ணும், மாப்பிள்ளையையும் மணமேடை வந்தாகிவிட்டது. அந்த சமயத்தில் கடோதகஜன்கள் போல் மூன்று பேர் மண்டபத்தின் வாயில் உள்ளே வந்து. "மாப்பிள்ளையை வர சொல்லு" என வரவேற்பில் இருந்த எல்லோரிடமும் அதட்டலாக சொன்னார்கள். வரவேற்பில் சுவாதியும் இருந்தாள், உடனே கவினுக்கு போன் அடித்தாள். அடுத்த நிமிடம் கவின், மணி, மகேந்திரன் அங்கே வந்தனர்.
"என்ன வேணும்" என வந்திருந்த ஆட்களை பார்த்து கவின் கேட்க, "மாப்பிளை பையன் தான் வேணும்" என்றார்கள்

"நான் மாப்பிளை அண்ணன் தான். என்கிட்டயே சொல்லலாம்" என்றான் கவின்

"அண்ணன், வரவேண்டிய பணம் 22 லட்சத்தை வாங்கிட்டு வர சொன்னாரு" என அந்த தடியன் சொன்னான்.

"பணம் தான் ஏற்கனவே கொடுத்தாச்சே" என கவின் சொன்னதும்

"நீங்க பணம் கொடுத்தவன் ஓடி போய்ட்டான், பணமே வந்து சேரல" என அலட்டிக்காமல் பதில் சொன்னான் அந்த தடியன்

"யோவ், உங்க அண்ணன் சொல்லி தான் அந்த பணத்தை அவன் கிட்ட கொடுத்தோம். அவன் ஓடி போய்ட்டானா நாங்க என்ன பண்ண முடியும். இங்க பாரு உங்க அண்ணனுக்கு 'பணத்தை கொடுத்துட்டேன்'னு நான் அனுப்புன வாட்ஸ் ஆப், அதுக்கு உங்க அண்ணன் 'என் ஆளு இப்போதான் பணம் வாங்கிட்டேன்னு போன் பண்ணினான். வேற ஏதும் கடன் தேவை இருந்த சொல்லுங்க, பாத்து பண்ணிக்கலாம்'னு ரிப்லை பண்ணி இருக்கான்" என அதட்டலாக கேட்டான் கவின்.

"இப்போ பணம் வரல, கல்யாணம் நிக்கும்" என கிண்டலாக கடோதகஜர்கள் சொல்ல

"மறுபடியும் சிலம்பம் எடுத்துடலாமா" என
சத்தம் வந்தது மணியிடமிருந்து.

"தாஸ் ரெடியா" என சுவாதியை பார்த்தான்
தீபன்.

"என்னோட சண்டை சாதாரணமா இருக்கும்.
அவ சண்டை சம்பவமா இருக்கும். நான்
பிரச்சனைய கடந்து போவேன், ஆனா அவ
ஒரு காட்டு காட்டிட்டு போவா" பஞ்சுகளோடு
பழைய மணி எட்டிப்பார்த்தான். சுவாதி
வெடுக்கென திரும்பி பார்த்தாள் மணியை,
உடனே "அவங்க, போவாங்க" என
திருத்திக்கொண்டான் மணி.

யாரும் எதிர்பாராத விதமாய், டக்கென "நீங்க
எல்லாம் ரெஸ்ட் எடுங்க, இது என் டர்ன்" என
சொல்லி முன்வந்தான் கவின்.

வேட்டியை மடித்து கட்டினான் வலதுகாலை
பின் தள்ளி வைத்தான், இடது காலை நன்றாக
பதித்து சீனாகாரனே வாய்பிளக்கும் அளவுக்கு
குங்-பு செய்து காண்பித்தான்.

மணி "மச்சி, நீ போதி தர்மரோட பேரப்பயன்னு
சொல்லவேயில்லை!" என்றான்.

கவின் இத்தனை வித்தைகளையும் எங்கே, யாரிடம் கற்றான் என எல்லோருள்ளும் கேள்வி எழுந்தது.

கவின் டாலஸ் நகரில் ஒரு சீனாக்காரர் நடத்தும் சிறுவர்கள் பயிற்சி பள்ளியில் வேலை செய்தான் அல்லவா? அது ஒரு குங் பு பயிற்சி பள்ளி. இவன் வேலையில் காட்டிய ஒழுக்கம் அந்த சீன மாஸ்டருக்கு பிடித்து போகவே, அவனுக்கு குங் பு பயிற்சி அளிக்க முன்வந்தார். கவினும் ஆர்வத்துடன் குங் பு கற்றுக்கொண்டான். ஒரு நாள், இரு நாள் இல்லை, சில வருடங்களாக பயிற்சி மேற்கொள்ளும் கவின் இன்றளவில் ஏதேனும் குங் பு போட்டியில் கலந்து கொண்டால் முதல் மூன்று இடங்களுக்குள் வருவது உறுதி!

இது தெரியாத தடியர்கள், "யோவ், ரொம்ப பண்ணுற. நாங்க நெனெச்சா இப்பவே" என சொல்லும் போது அவன் வாயில் ரத்தம் வந்தது. காரணம் கண்ணிமைக்கும் நேரத்தில் கவின் வலது கையால், தடியனின் இடது கன்னத்தில் ஒன்று வைத்திருந்தான்.

'டேய், பேச பேச அடிக்கிற" என தடியன் கோபமாக

"சரி, நான் அடிச்சிடுறேன். அப்புறம் பேசு" என சொல்லிவிட்டு ஒரு காட்டு காட்டினான் கவின். அவன் கால் தரையில் பட்ட நேரத்தை விட தடியர்கள் உடலை உதைத்த, இல்லை துவைத்த நேரமே அதிகம். அதற்கு மேல் அந்த கடோத்கஜர்களால் சமாளிக்க முடியயவில்லை, ஒரு போனை போட்டார்கள் "டேய், இன்னும் அஞ்சு நிமிஷத்துல ஒரு லாரி நிறைய ஆளு வருவாங்க. அப்போ காட்டு உன்னோட கராத்தேவ" என்றான் ஒருவன். "டேய், அது கராத்தே இல்ல, குங் பு" என்றான் இன்னொருவன். "ஏய், சீ... ரொம்ப முக்கியம்" என்றான் அடிவாங்கிய தடியன்.

"கலர் வேட்டியில குங்-பு, செம காம்பினேஷன் டா. இத பாத்தா போதுமே, இந்தியா சீனா ஒன்னு சேர்த்திடுமே" என்றான் மணி. மகேந்திரன் சொன்னான் "மணி மச்சி, ஜியோ-பாலிடிக்ஸ ஒரு வரில சொல்லிட்டடா"

கவின், தீபன், மணி, மகேந்திரன் பிரச்சனையில் இருக்கிறார்கள் என தெரிந்தவுடன், சுவாதி அப்பா, சரஸ்வதியின் கணவர் சரவணன், உடன் நின்றனர்.

"தம்பிகளா நீங்க போய் கல்யாண வேலைய பாருங்க. நான் குஸ்தி செஞ்சு நாளாகுது, இன்னிக்கு பயிற்சி எடுத்துட வேண்டியதுதான்" என்றார் சுவாதியின் அப்பா.

தீபன் ஒரு போன் செய்தான் பின் "எல்லாரும் வாங்க போய் கல்யாண வேலைய பாக்கலாம். இனி அஞ்சு நிமிஷத்துல அவனுகளாவே கிளம்பிடுவானுக" என்றான்.

அடுத்த ஒரு நிமிடத்தில் பத்து குண்டர்கள் வந்து விட்டனர். அடுத்த சில நொடியில் ஒரு லாரி நிறைய ஆளும் வந்தார்கள்.

ஒரு தடியன் சொன்னான் "டேய், பாத்தீங்களா. லாரி நிறைய ஆளுக"

தீபன் சொன்னான் "ஏய், அந்த பத்து பேரு தான் உன் பின்னாடி நிக்க வந்த ஆளுக. லாரில இருக்குறது, உங்கள பிச்சு பிச்சு எடுக்க வந்த என் ஆளுக"

லாரியில் வந்த கூட்டத்தை பார்த்து பயம் தொற்றி கண்டது அந்த குண்டர்களுக்கு.

தீபன் போன் செய்தது அந்த ஊர் M L A வுக்கு, அவர் வேறு யாரும் அல்ல, தீபனின் தந்தை நாதன் தான் இறந்த கலவரத்தில் காப்பாற்றிய நண்பர்.

லாரியின் பின் போலீஸ் வாகனங்களும் வந்தது.

"M L A போலீசும் அனுப்பிச்சிட்டாரா? எங்க அப்பா காப்பாத்துன ரெண்டு உசுரு, இன்னிக்கு நமக்காக நிக்கிதுடா" என கவினிடம் பெருமையாக சொன்னான் தீபன்

"ரெண்டு உசுரு இல்ல, மூணு உசுரு" சரஸ்வதின் கணவர் சரவணன் முன்வந்தார். "டேய் மரியாதையா இங்க இருந்து போய்டுங்க. இல்ல அடிச்சு இழுத்துட்டு போய் ஸ்டேஷன்ல விடுவேன்" என குண்டர்களை பார்த்து சொன்னார். போலீசை வரவைத்தது சரவணன் தான். சரவணன் இதே ஊரில் பல வருடங்களுக்கு முன் சப் இன்ஸ்பெக்டராக வேலை செய்தவர், அது மட்டுமல்ல தீபனின் அப்பா நாதன் சரவணன் மீது விழ வேண்டிய வெட்டைதான் அவர் ஏற்று இறந்தார் என்ற இன்னொரு உண்மையையும் சொன்னார் சரவணன். 'நான் இந்த கல்யாணத்துக்கு வந்த இன்னொரு காரணம், உன்னையும் எப்படியாவது பார்த்துட்டு போகனும்ம்னு தான்பா" என்றார் தீபனை பார்த்து.

ஒருவர் செய்த நல்லது, எத்தனை வருடம் கழித்தும் நன்மை பயக்கும் என்பதற்கு இந்த நிகழ்வு ஒரு சாட்சியே.

மணி நெகிழ்ச்சியோடு சொன்னான் "மச்சி, நாம படிச்சிருப்போம்; 'தீதும் நன்றும் பிறர் தர வாரா'னு அது கூட 'தீதும் நன்றும் தீராது வாரா'னும் எழுத ஆரம்பிக்கணும்"

போலீஸ் குண்டர்களை அள்ளி போட்டு போகவே. அனைவரும் மண்டபத்தினுள் சென்றனர். கெட்டிமேளம் கொட்டியது.

எல்லோரும் அட்சதை தூவும் நேரம் "உன் தம்பி கல்யாணத்தை பார்க்க உனக்கு சந்தோசமா இருக்கு இல்ல" என கவினை பார்த்து கேட்டாள் சுவாதி

"ஆமா, நிச்சயமா" என்றான் கவின்

"அப்போ, நாதனுக்கு அவன் தம்பி கல்யாணத்தை பார்த்தா சந்தோசம் வரும் இல்ல" என்றாள் வெட்கத்துடன் சுவாதி

"ஓகே... அப்போ சீக்கிரம் மழை வரும்" என சிரித்து கொண்டே சொன்னான் கவின்.

மாலை நேரம் வந்தது. மணி, "டேய், வாங்க போய் வெசந்துக்கு விஷ் பண்ணிட்டு கிளம்பலாம்" என்றான். 'சரி' என சொல்லி

மகேந்திரனும், தீபனும் அவனோடு வசந்தை பார்க்க மொட்டை மாடி சென்றார்கள்.

மொட்டை மாடியில் "நீ பார்த்த பார்வைக்கு நன்றி... நமை சேர்க்கும் இரவுக்கு நன்றி..." என பாடிக்கொண்டிருந்தான் வசந்த்.

"ஓஹ், பர்ஸ்ட் நைட் மூட் செட் பண்ணிட்டு இருக்கீங்களா சார்" என சொன்ன படி வசந்தின் கவனத்தை பெற்றான் மணி.

"அண்ணா, சும்மா பாடிகிட்டு இருந்தேன்" என வெட்கத்துடன் சொன்னான் வசந்த்.

"டேய், வெக்கபடுறதுக்கு முன்னாடி உனக்கு நிறைய வேலை இருக்கு" என்றான் மணி புரியவில்லை வசந்துக்கு. தீபனுக்கும், மகேந்திரனுக்கும் தான்!

"உன்னோட முதல் வேலை, எங்க மூணு பேருக்கும் பொண்ணு பார்க்குறது தான். அப்புறம் பார்வைக்கு, இரவுக்கு எல்லாம் நன்றி சொல்லு" என்றான் மணி

"நான் எதுக்கு உங்களுக்கு பொண்ணு பார்க்கணும்?" என்றான் வசந்த்

"அதுவா செல்லம்... இன்னைக்கு கல்யாணத்தை வெச்சுகிட்டு நாலு நாள் முன்னாடி ஒரு பொண்ணு கூட நீ சினிமா போய் வைக்க, அத நான் போனுல வீடியோ

எடுத்துவைக்க, நான் சொல்லுறத நீ செய்யலேன்னா அந்த வீடியோவை உன் வைக்கு அனுப்பிவைக்க, என்ன ஆகும்?" என்றான் மணி

"அண்ணா... ப்ளீஸ்னா... எதுவும் பண்ணிடாதீங்க" என்றான் வசந்த்.

"டேய் நீ எப்படா இந்த வேலைய பாத்த?" என்றான் தீபன்

"மச்சி, நான் எதேர்ச்சியா அந்த படத்துக்கு போனேன் டா. பையன் சிகிட்டான். இனிமே இவன் தான் நம்ம மேட்ரிமோனியல்" என்றான் மணி

"டேய் இப்படி பண்ணாத டா" என்றான் தீபன்

"மச்சி நீ சும்மா இருடா. மணி செய்யறதுதான் சரி. டேய் வசந்த், நீ எங்களுக்கு செட் பண்ணி குடுத்தாதான், நாங்க உன்ன செட்டில் ஆகா விடுவோம். இல்லாத ஒரு தங்கச்சியை எவ்வளவு கேவலப்படுத்துன!!" என நேரடியாக பிளாக் மெயில் செய்தான் மகேந்திரன்.

மணியும், மகேந்திரனும் இணைந்துவிட்டதால் தீபனுக்கு வேறு வழி இல்லை. அதுமட்டுமில்லை, மணியின் கணக்கு தப்பாது என தீபனுக்கு தெரியும். அதனால் இவர்கள் மூவருக்கும் கல்யாணம் நடக்க மணியின்

யோசனை சரியாகத்தான் இருக்கும் என நம்பினான். "சரி மணி, நீ சொல்லுறத ஏத்துக்குறேன். வசந்தம் எதுக்குவான், ஏத்துக்கிட்டுதான் ஆகணும்" என கெத்தான தொனியில் சொன்னான் தீபன்.

'அட பாவிகளா. என்னை விடுங்கடா. நான் பர்ஸ்ட் நைட் போகணும்' என மனதுக்குள் நினைத்தான் வசந்த்

அது நேரம் கீழே இருந்த சத்தம் வந்தது "டேய் வசந்த், சீக்கிரம் வாடா சடங்கு செய்யணும்" என்று.

"அண்ணா எனக்கு டைம் ஆகுதுண்ணா, நாளைக்கு பேசிக்கலாம்ணா" என்றான் வசந்த்.

"எங்க மூணு பேருக்கும் பொண்ணு பார்த்துட்டு அப்புறம் பர்ஸ்ட் நைட் போலாம். நாங்க மூணு பேரும் உனக்கு அண்ணன், எங்க மூணு பேருக்கும் இனி நீதான் 'மாமா' " என்றான் மணி.

யோசித்தான் வசந்த் "அண்ணா, எனக்கு தெரிஞ்சு ப்ரியா சைடுல ஒரு நாலு, அஞ்சு பொண்ணுகளுக்கு இன்னும் கல்யாணம் ஆகாம இருக்கு. ரெண்டு பொண்ணுக்கு செவ்வாய் தோஷம், ஒரு பொண்ணுக்கு ராகு கேது தோஷம், இன்னொரு பொண்ணுக்கு

வேற ஏதோ தோஷம். பரவாயில்லையா?" என்றான் வசந்த்

"டேய், கண்ணிபசங்க நாங்க அந்த தோஷத்தை கழிச்சிக்கிறோம். நீ பொண்ணுகளை மட்டும் காட்டு" என்றான் மணி

வசந்த் மூவரையும் கீழே கூட்டிக்கொண்டு போய் அவன் சொன்ன கல்யாணம் ஆகாத பெண்களை அடையாளம் காட்டினான்.

கல்யாணக்கலவரம் - 3க்கு தயார் ஆனார்கள் மூவரும்.

கல்யாணம் கலவரம்

College Love... Marriage Life...

கார்த்திகேயன் தனபால்